மிச்சக்காசு

(சிறுகதைகள்)

இரா.மதன்குமார்

டிஸ்கவரி பப்ளிகேஷன்ஸ்

எண்: 9, பிளாட் எண்: 1080A, ரோஹிணி பிளாட்ஸ்,
முனுசாமி சாலை, கே.கே.நகர் மேற்கு,
சென்னை-600 078. பேச: 99404 46650

மிச்சக்காசு (சிறுகதைகள்)

MICHAKAASU (SHORT STORIES)

ஆசிரியர்: **இரா.மதன்குமார்©**

Author: **R.MADHANKUMAR©**

First Edition: Oct - 2022

வெளியீட்டு எண்: 0186

ISBN: 978-93-95285-09-4

Pages: 108

Publisher • Sales Rights

Discovery Publications
No. 9, Plot,1080A, Rohini Flats,
Munusamy Salai,
K.K.Nagar West, Chennai - 78.
Tamilnadu, India.
Mobile: +91 99404 46650

Discovery Book Palace (P) Ltd
No. 1055-B, Munusamy Salai,
K.K.Nagar West,
Chennai-600 078.
Ph: (044) 4855 7525
Mobile: +91 87545 07070

discoverybookpalace@gmail.com
WWW.DISCOVERYBOOKPALACE.COM

சமர்ப்பணம்

என் தந்தை சு.ராஜேந்திரன்,
என் மகன் நிகில் ரூபன் குமார் ஆகியோருக்கு...

அணிந்துரை

வரவேற்க வேண்டிய தொகுப்பு

பள்ளி ஆசிரியர்கள் கதை எழுதத் துவங்கியிருக்கும் காலமாக இது இருக்கிறது. சக.முத்துக்கண்ணனின் 'ரெட் இங்க்' கதைகள் முற்றிலும் பள்ளி வாழ்க்கையை மையமிட்டே வந்தன. எழுத்தாளர் பாமா அவர்களின் சமீபத்திய நாவலான 'விருட்சங்களாகும் விதைகள்' முற்றிலும் அவரது பள்ளிக்கூட அனுபவங்களாகவே விரிந்துள்ளது. இப்போது இந்த நூலின் மூலம் இன்னொரு ஆசிரிய எழுத்தாளர் நமக்குக் கிடைத்திருக்கிறார்.

இத்தொகுப்பில் சத்தம், சரணம்புகல், டிடி@டிமாண்ட் டிராப்ட் ஆகிய மூன்று கதைகள் தவிர மீதி ஏழு கதைகளும் பள்ளிக்கூட வாழ்க்கையில் மை தொட்டுத் தீட்டப்பட்ட ஓவியங்களாக மிளிர்கின்றன. 'மிச்சக்காசு' கதை பள்ளிக்கூடத்துக் கதை இல்லை என்றாலும் ஒரு பள்ளி மாணவனின் கதை என்பதால் அதையும் இப்பட்டியலில் சேர்த்துக்கொள்ளலாம்.

ஆயிஷா நடராஜனின் 'ஆயிஷா' என்கிற நெடுங்கதை ஆசிரிய மனங்களில் ஏற்படுத்தியத் தாக்கம் எத்தனை வலிமையானது என்பதை மதன்குமாரின் கதைகள் வரை அது பாய்ந்திருப்பதை வைத்து உணரலாம். ஆயிஷாவைப்போல ஒரு கதாபாத்திரம்தான் அறிவுடைநம்பி. அவன் கேட்கும் எளிமையான, நேரடியான கேள்விகள் முடுண்ட இதயம் கொண்ட ஆசிரியர்களை கதிகலங்க வைத்து அவன் மீது அவர்கள் வெறுப்புக் கொள்ளும்படி செய்கின்றன. நல்ல ஆசிரியர்கள் திறந்த மனதுடன் அவனைக் கொண்டாடுகிறார்கள். தாயும் தகப்பனும் சரியில்லாத உறவில் இருக்கையில், தன் ஆட்டுக்குட்டியே தன் உலகம் என்று வாழும் சிறுவனாக அவன் மாறிவிடும் யதார்த்தம்தான் கதையின் அச்சு. பள்ளிக்கு ஆட்டுக்குட்டியை அழைத்து வந்து வகுப்பில் ஒரு கண்ணும், குட்டியின் மீது ஒரு கண்ணுமாக அவன் படிக்கும் காட்சி நெகிழ வைக்கும் பகுதியாகும்.

என்னதான் கல்லூரிவரைப் படித்திருந்தாலும் அது வெறும் ஏட்டுக்கல்விதான் என்பதை உணர்த்தும் கதை 'டிடி@ டிமாண்ட் டிராப்ட்'. முன்னேபின்னே டிடி எடுத்துப் பழக்கமில்லாத இரு இளைஞர்கள், வங்கிக்கு டிடி வாங்கப்போய் பணம் கட்டிய செல்லானின் பாதிதான் டிடி என்று நினைத்து அத்தோடு திரும்பி வந்து அதையே டிடி என்று நினைத்து பல்கலைக்கழகத்துக்கு அனுப்பி வைக்கிற கதை, கொஞ்சம் பழைய கதை போல இருந்தாலும், நகைச்சுவை உணர்வுடன் மதன்குமார் சொன்ன விதத்தால் கதை ரசிக்கும்படி ஆகிறது.

'மிச்சக்காசு' கதையில் பையன் ஏமாற்றவில்லை என்பதை அப்பா புரிந்துகொண்டு "தெரியும் வா..." என்று வீடு திரும்பும் இடம் முக்கியமானது. இத்தொகுப்பில் கச்சிதமான வடிவத்திலும் மொழியிலும் வந்திருக்கும் கதை என்று 'இரவல் ஃபோன் கால்' கதையைச் சொல்லலாம். ஒரே போன் காலில் ஆசிரியரைச் சிக்கலில் மாட்டிவிடும் ப்ளஸ் டூ பையன் இன்றைய காலத்தின் வார்ப்பு என்பது சற்றே அதிர்ச்சியளிக்கிறது. சாதி வந்து காப்பாற்றும் க்ளைமேக்ஸ் யதார்த்தமாகப் பதிவாகிறது. துருத்தல் இல்லாமல் இன்றைய காலத்தின் கோலத்தை இக்கதை கச்சிதமாகப் பேசுகிறது.

பையன் டூர் போக 1500 ரூபாய் புரட்ட முடியாத தகப்பன், அவன் அறிவியல் நோட்ஸைத் தொலைத்ததைச் சாக்கிட்டு டூர் அனுப்ப முடியாதெனச் சொல்லித் தப்பிக்கிறான். வறுமையின் இன்னொரு பரிமாணமாகக் கூர்மையாகச் சொல்லப்பட்ட கதை இது.

இரண்டு பையன்கள் இருந்தாலும், மனைவியின் மரணத்துக்குப் பிறகு தனித்துவிடப்படும் முதியவர் வாழ்க்கை பிள்ளைகளால் அவமானத்தைச் சந்திப்பதைச் சொல்கிறது 'சரணம்புகல்' கதை. ரயிலில் அனாதையாக அவரை நிர்க்கதியாக விட்டுவிடும் பிள்ளைகளின் குரூரம் நமக்கு அதிர்ச்சியளிக்கிறது.

பள்ளிக்குள் உலாவரும் சாதிய மனோபாவத்தை எதிர்க்கும் ஓர் இளம் ஆசிரியனின் அறச்சீற்றமாக 'அம்ம ஆளு' கதை அழுத்தமாக எழுதப்பட்டிருக்கிறது. முற்போக்கான உள்ளடக்கத்துடன் லாகவமான மொழியில் இக்கதை வாசகரை வந்து சேர்கிறது.

வீட்டுக்குள் கேட்கும் வினோதமான சத்தத்தால் பேய் பயம் கவ்வும் ஓர் இளைஞன், பல பேயோட்டிகளைச் சந்தித்துக் கடைசியில் அது பக்கத்து வீட்டு ஊஞ்சலின் சத்தம் என்பதைக் கண்டுபிடித்துச் சமாதானமாகும் 'சத்தம்' கதை, அஞ்ஞானத்தில் பயணித்துச் சரியாக விஞ்ஞானத்தில் முடிகிறது. பழைய பாணிக் கதைதானென்றாலும் ரசிக்கும்படி எழுதியிருக்கிறார்.

தன் படிப்புக்காகப் போராடும் ஒரு தாழ்த்தப்பட்ட சமூகத்தின் மாணவியின் கதையான 'உத்தரம்' ஒரு நவீனக் காவியமாக விரிந்திருக்கிறது. 'அவர்கள் வந்துகொண்டிருக்கிறார்கள்' என்று பிரகடனம் செய்யும் முற்போக்கான கதை இது.

மாணவர்களின் நடத்தைக்குப் பின்னால் உள்ள காரணத்தைக் கண்டறிபவனே சரியான ஆசிரியன் என்பதைச் சொல்லும் கதை 'இருள்' இன்னும்கூடக் கச்சிதமாக வடிவமைக்கப்பட்டிருக்கலாம் .

பத்துக் கதைகளோடு, கதை உலகுக்குள் நுழையும் இளம் படைப்பாளி மதன்குமாரை இருகரம் நீட்டி வரவேற்போம். இன்னும் கூர்மையான சமூகப் பார்வையுடனும் பரந்த, ஆழ்ந்த வாசிப்புடனும் அவர் தன் அடுத்தடுத்தத் தப்படிகளை எடுத்து வைப்பார் என நம்புகிறேன்.

இரா.மதன்குமாரை வாழ்த்தி வரவேற்போம்!

அன்புடன்,

ச.தமிழ்ச்செல்வன்

சிவகாசி - 626124,
28.07.2022.

என்னுரை

புத்தகங்களைப் புதையலெனக் கொண்டாடி...

“மூளையிலிருந்து தோன்றும் வார்த்தைகளைவிட, இதயத்திலிருந்து தோன்றும் வார்த்தைகளுக்கு வலிமையும், உணர்வும், மனதிற்குக் கூடுதல் நெருக்கமும் உண்டாக்கும் திறன் அதிகமுண்டு.” அப்படி என் இதயத்திலிருந்து தோன்றிய வார்த்தைகளால் கரு கொண்டு, உரு கொண்ட கதைகள் இவை. என் மனதிற்கு மட்டுமல்ல, கண்டிப்பாக உங்கள் மனதிற்கும் ஒரு நெருக்கத்தை உண்டாக்குமென்றே நம்புகிறேன்.

அதீத தீவிரமான முயற்சி, ஒரே நேர்கோட்டுப் பயணமென நான் சிரத்தை எடுத்துக்கொள்ளும் செயல்கள் பலமுறை முடிவு காணாமல் கைவிடப்பட்டுள்ளன. இல்லை, அப்படி ஒரு சூழ்நிலைக்கு நான் ஆளாகிவிடுவேன். இப்படிப்பட்ட முயற்சிகளைப் பற்றி ஒரு புத்தகமே எழுதலாம். அதேபோல், இன்று உங்கள் கைகளில் இருக்கும் இந்த ‘மிச்சக்காசு’ சிறுகதைத் தொகுப்பிற்கு என்னைத் தயார்படுத்திக்கொண்டது போகிறபோக்கில் நடந்த விசயம்.

எனக்கு நன்றாக ஞாபகமிருக்கிறது. அதுவரை காமிக்ஸ் புத்தகங்கள், ராணி, குமுதம், கல்கண்டு என வாசிப்பில் வேடிக்கைப் பார்க்கும் அளவிற்கே பயணப்பட்டுக்கொண்டிருந்த எனக்கு 2017-ல் அண்ணன் ஆதிகேசவன்தான் இந்திரா பார்த்தசாரதியையும், சிட்னி செல்டனையும் அறிமுகம் செய்துவைத்தார். குளிருக்கு அஞ்சிப் போர்வைக்குள் அண்டும் சிறுவன்போல அப்படி ஒரு கதகதப்பை அந்த எழுத்துகளில் உணர்ந்தேன். ஒரு முழுமையான வாசிப்பாளனாவதற்கான ஆரம்பக்கட்ட நிலையே அது.

கைகளில் கிடைத்தப் புத்தகங்களை வாசித்தும், ஆதி அண்ணனின் ட்ரங்க் பெட்டிக்குள் இருந்த பல புத்தகங்களை

இரவல் வாங்கியும் வாசித்துக்கொண்டிருந்த என்னை, 2014-ல் நண்பன் சரவணன்தான் அடுத்தக் கட்டத்திற்கு அழைத்துச்சென்றான். தூங்கிக்கொண்டிருப்பவர்களை எழுப்பவோ, இல்லை துவண்டு இருப்பவர்களைத் தூண்டி விடவோ ஒருவர் வேண்டும்தானே. கையில் எப்போதும் ஒரு புத்தகத்தோடுதான் இருப்பான். நானும் அவனும் ஆசிரியர் ஓய்வுஅறையில் இருக்கும்போது ஏதாவது ஒரு புத்தகத்தை வாசித்துக்கொண்டோ, இல்லை, ஒரு புத்தகத்தைப் பற்றியோ, ஓர் எழுத்தாளனைப் பற்றியோ விவாதித்துக்கொண்டிருப்போம். அதிதீவிர வாசிப்புக்குள் பயணப்பட்டது அப்போதிருந்துதான்.

புத்தகக் கண்காட்சியிலிருந்து பொதிபோல் சுமந்துகொண்டு வரும் புத்தகங்களைப் புதையலெனக் கொண்டாடித் தீர்ப்போம். எப்போதும் அடுத்து என்ன? என்ற கேள்வி வரும்போதுதான் மாற்றம் என்பது வரும். அப்படி எழுந்த கேள்விக்குண்டான பதில்தான் ‘எழுதுவது’ என்பது. எப்படி? எங்கிருந்து தொடங்குவது? என்றிருந்த எனக்கு, ‘அரசுப் பள்ளிகளைக் காப்போம்’ இயக்கத்தின் ‘பட்டாம்பூச்சிகள் குழு’வின் ஓவியர்களில் ஒருவரும், தலைமை ஆசிரியருமான நண்பர் விவேகானந்தன் தான் எனக்கானத் தொடக்கத்தைக் கொடுத்தவர்.

சில குறிப்பிட்ட மனிதர்கள், சில குறிப்பிட்டச் சூழ்நிலை என அவர் கொடுத்த சில நிபந்தனைகளுக்கு உட்பட்டு நான் எழுதிய முதல் கதைதான் இந்தத் தொகுப்பில் முதலாவதாக இடம் பெற்றிருக்கும் ‘அறிவுடைநம்பியும், ஆட்டுக்குட்டியும்’ என்ற சிறுகதை. இரண்டாவதாக எழுதிய கதைதான் ‘சரணம்புகல்’. இந்த இரு கதைகளையும் தாங்கிய இந்தத் தொகுப்பு வெளிவரும் இந்த நேரத்தில் நான் அவருக்கு நன்றி சொல்லக் கடமைப்பட்டுள்ளேன்.

கதைகளில், சில இடங்களில் பதிவிடவேண்டிய முக்கியமான சித்தாந்தங்களை விட்டுவிட்டு நகர்ந்துவிடுவேன். அப்படி நான் கண்டுகொள்ளாமல் கடந்த இடங்களை அடையாளம் கண்டு, என் கதைகளுக்கு வேறொரு முகத்தை எனக்குக் காட்டி, கொரோனா காலகட்ட மாலைநேர நடைப்பயணத்தை என் கதைகளுக்காகவும், சிறுகதைப் பற்றி நான் அறியாத, எனக்குத் தெரியாத பல விசயங்களை என்னோடு பகிர்ந்துகொண்டும், என் எழுத்துகளை நான் செம்மைப்படுத்துவதற்கு உதவிய நண்பன்,

சக எழுத்தாளன், 'சிலேட்டுக்குச்சி', 'ரெட் இங்க்' என்ற இரு அற்புதமான நூல்களை எழுதிய சக.முத்துக்கண்ணனுக்கு என் நன்றிகளையும், அன்பையும் தெரிவித்துக்கொள்கிறேன்.

தன்னை மட்டும் முன்னிலைப்படுத்தி, தன்னைச் சுற்றி இருப்பவர்களை ஒரு இம்மியும் நகரவிடாது மொத்தக் கூட்டத்தையும் கோரஸாக்கி வைத்திருக்கும் அடையாளங்கள் இருக்கும் இந்தக் காலகட்டத்தில் என்னையும், என் எழுத்தையும் அடையாளப்படுத்த என்னைப் போலவே முயற்சித்தவர் த.மு.எ.க.ச-வின் தேனி மாவட்டச் செயலாளர் தோழர் தமிழ்மணி. அவர்தான் தமிழ்நாட்டின் தற்போதைய தலைசிறந்த சிறுகதை எழுத்தாளர்களில் ஒருவரும், த.மு.எ.க.ச-வின் மதிப்புறு தலைவரும், இந்த நூலின் சிறப்பான பக்கங்களாக நான் நினைக்கும் அணிந்துரையை எழுதியவருமான ச.தமிழ்ச்செல்வன் தோழரை எனக்கு அறிமுகம் செய்துவைத்தவர். தோழருக்கு என் நன்றியும், அன்பும்.

"என் பணி நல்லனவற்றை எடுத்துச் செல்வதே" என எப்போதும் உரைத்துக்கொண்டே இருப்பார். வாசிப்பிலும், எழுத்துகளிலும் எப்போதும் பயணிப்பவர். களப்பணிகள் செய்துகொண்டே என் போன்ற ஆரம்பக்கட்ட எழுத்தாளர்கள் மீதும் ஒரு கண் வைத்திருப்பார். தவறெனப்பட்டால் தப்படிபோல் சொல்லிவிடுவார். சரியாக இருந்தால் பாராட்டாமல் இருக்க மாட்டார். தோழர் ச.தமிழ்ச்செல்வனை நேரில் சந்தித்த நாட்களும், அவருடன் பேசிக்கொண்டிருந்த அந்த 3 மணி நேரமும் வாழ்வில் எனக்குக் கிடைத்த பேறாய்க் கருதுகிறேன். இந்தக் கதைகளில் ஒன்றான 'உத்திரம்' சிறுகதையை வாசித்ததோடல்லாமல், அதை 'செம்மலர்' இதழிலும் வெளிக்கொண்டுவந்தவர். என் கதைகள் ஒவ்வொன்றையும் வாசித்து ஒரு ஆசிரியரைப்போல், அதில் திருத்த வேண்டிய இடங்களைச் சுட்டிக்காட்டி, நான் திருத்தி அனுப்பும்வரை பொறுமையாக இருந்து, என்னை ஒவ்வொரு இடத்திலும் நம்பிக்கையூட்டி என் கதைகளைச் செப்பனிட்டது மட்டுமல்லாமல், தொடர்ச்சியான பயணம், களச்செயல்பாடு போன்ற பணிகளுக்கு மத்தியில் என் நூலுக்கான அணிந்துரையையும் எழுதிக் கொடுத்துள்ளார். அணிந்துரையின் முதல் வாக்கியமே எனக்கு அதிக நம்பிக்கையையும், பொறுப்பையும் கொடுத்திருக்கிறது. தோழருக்கு என் நன்றிகளும், என் மரியாதையும். கண்டிப்பாக

என் அடுத்த நூல் இன்னும் கூடுதல் கவனமுடனும், சரியான பார்வையுடனும், இருக்குமென்பதை உறுதியளிக்கிறேன் தோழர்.

“நம்ம வீட்டுல யாருக்கும் இந்தப் பழக்கமில்ல, எனக்கு மட்டும் எப்பிடிப்பா வாசிப்பு மேல இப்பிடி ஒரு ஈர்ப்பு வந்திச்சு?”

“யாரு சொன்னது? நம்ம வீட்டுல யாருக்கும் இந்தப் பழக்கமில்லனு, எத்தன இடங்கள்ல நான் அதிகமா புத்தகம் படிக்கிறேன், வேலைல கவனமா இருக்கமாட்றேன்னு என்னய வேலைய விட்டு வெளிய அனுப்பிருக்காங்க தெரியுமா?'' என்ற என் அப்பாவின் வார்த்தைகள் இப்போது என் நினைவுக்கு வருகின்றன. எப்போதும் என்னைப் பற்றியே சிந்தித்துக் கொண்டிருப்பார். இன்று இந்த முயற்சி அவருக்கு நிச்சயம் மகிழ்ச்சியையும், பெருமிதத்தையும் கொடுத்திருக்கும். அவரின் பாதம்தொட்டு வணங்குகிறேன்.

2019ஆம் ஆண்டு, ஆசிரியர்கள் மற்றும் அரசு ஊழியர்களின் போராட்டக் காலத்தில் முகநூலில் நான் எழுதிய பதிவுகள், கட்டுரைகள், விளக்கங்கள் என நான் பதிவிட்ட பதிவுகளுக்குக் கிடைத்த பின்னூட்டங்களைவிட என் எழுத்துக்குக் கிடைத்த நேர்மறையான பின்னூட்டங்களும்கூட இன்று என்னை இந்த இடத்திற்கு அழைத்து வந்துள்ளன எனலாம். கண்டிப்பாக இந்த நூலும் உங்களின் நேர்மறையான பின்னூட்டங்களைப் பெறும் என்று நம்புகிறேன்.

இந்த நூல் ‘டிஸ்கவரி பப்ளிகேஷன்ஸ்’ல் வெளிவரக் காரணமாயிருந்த தோழர் தமிழ்மணி அவர்களுக்கும், இப்புத்தகத்தைப் பதிப்பிப்பதற்குப் பரிந்துரைத்த தோழர் பி.எஸ். பாண்டியன் அவர்களுக்கும், என் எழுத்துகளை வெளி உலகிற்கு அழைத்து வந்து அடையாளப்படுத்தி என்னை எழுத்தாளனாக அறிமுகம் செய்யும் ‘டிஸ்கவரி’ பதிப்பகத்தாருக்கும், நிர்வாகக் குழுவிற்கும் நான் என்றென்றும் கடமைப்பட்டுள்ளேன்.

அன்புடன்,

மதன்குமார்.இரா

கூடலூர் - 625518,
தேனி மாவட்டம்.
தொடர்புக்கு: 9629129062.
trmathan84@gmail.com

உள்ளே...

1.	அறிவுடை நம்பியும், ஆட்டுக்குட்டியும்	15
2.	டி.டி. @ டிமாண்ட் டிராஃப்ட்	25
3.	மிச்சக்காசு	37
4.	இரவல் ஃபோன் கால்	44
5.	அறிவியல் நோட்ஸ்	55
6.	சரணம்புகல்	64
7.	இருள்	71
8.	உத்தரம்	80
9.	அம்ம ஆளு	89
10.	சத்தம்	99

1

அறிவுடை நம்பியும், ஆட்டுக்குட்டியும்

"ஏம்பா இவன என்னன்னு கேளுங்க?" என்ற குரல் கேட்டு நிமிர்ந்தேன்.

"பால்வாடிக்கு அனுப்பி வச்சா, அங்கெல்லாம் சின்னச் சின்ன பசங்க படிக்கிறாங்களாம், தொரை இங்கதா படிப்பானாம், அடம்பிடிச்சு என்ன இழுத்து வந்துட்டான்" என்ற அந்த மூதாட்டியின் முகம் வரிக்கோடுகளால் வரைந்து வைத்தது போலிருந்தது.

பள்ளிக்கூடத்துக்குப் போக மாட்டேன் என்று அடம் பிடிக்கும் குழந்தைகள் மத்தியில், இப்படி ஒருவனா?

"ஏன்டா பால்வாடிக்கு போக மாட்டேன்ற?" என்றேன்.

"சார் அங்க நான் கேட்கிற எதுக்கும் பதில் சொல்லவே மாட்றாங்க. என்ன உட்காரு, உட்காருன்னே சொல்லிட்டு இருக்காங்க. எப்பயும் ஒரே பாட்ட தான் சொல்லித்தராங்க. எனக்கு அங்கப் போகப்பிடிக்கல" என்பவனிடம் என்ன சொல்வது?

"உன் பேர் என்னடா?"

"அறிவுடைநம்பி சார்"

அவன் தலையை மெதுவாகத் தடவிக் கொடுத்தேன். "நல்லா படிக்கணும் சரியா? உன்ன இங்க சேத்துக்கிறோம்" என்றேன்.

வேகமாகத் தலையாட்டிக்கொண்டே அவன் பாட்டியைப் பார்த்துச் சிரித்தான்.

வகுப்பறையில் கேள்விகள் கேட்கும் மாணவர்களில் அவனும் ஒருவன். கேள்விகள் கேட்பது அவனுக்குப் பிடிக்கும். அதற்கு சில சமயம் பதில்கள் கிடைக்கும். பல சமயம் அடிகளும், அதிகாரத் துரத்தல்களும் பதிலாகக் கிடைக்கும்.

"சார் இவன் பேருக்கு ஏத்த மாதிரி அறிவுதான் சார். கண்டிப்பா இவனுக்குப் பெரிய எதிர்காலம் இருக்கு" என்று கூறிய சுந்தரி டீச்சரின் வார்த்தைகளைக் கேட்டு வெட்கப்பட்டு நெளிந்தான்.

"சபாஷ் நல்லா படிக்கணும்" என்று செல்லமாகக் கன்னத்தில் தட்டிவிட்டுச் சென்றார் தலைமை ஆசிரியர்.

அடுத்தடுத்த ஆண்டுகளில் அவன் கேள்விக்கணைகள் இன்னும் கூர்மையானது. அதில் சிரமப்படும் ஆசிரியர்களும் உண்டு. அவனைச் சிறப்பாக வழிநடத்தும் ஆசிரியர்களும் உண்டு.

ஒரு நாள் கண்ணன் சார் (அறிவின் சமூக அறிவியல் ஆசிரியர்) அவனைத் தாறுமாறாகத் திட்டிக் கொண்டிருந்தார். அவன் ஏதோ சொல்ல வாயெடுக்க, அவன் கன்னத்தில் விழுந்தது அடி. அழுது கொண்டே அங்கிருந்து நகர்ந்து விட்டான்.

ஓய்வறையில் கண்ணனும் நானும் மட்டுமே இருக்கும் தருணம் அன்று மதியமே வாய்த்தது.

"என்ன கண்ணன் சார் இன்னைக்கு காலையிலேயே அந்த அறிவுப்பயலப் போட்டு வறுத்தெடுத்துட்டுருந்தீங்க போலருக்கு?" என்றேன்.

இதைக் கேட்டதும் அவர் முகம் இறுகியது.

"அட ஏன் சார் கடுப்பேத்துறீங்க?, அவன என்னைக்கு தலைமுழுகப் போறேன்னு தெரியல. ஒவ்வொருநாளும் அவனோட தொல்ல தாங்க முடியல. அவன் ஒழிஞ்சாத்தான் எனக்கு நிம்மதி. யாரு சார் அவனுக்கு அறிவுன்னு பேர் வச்சது?, பெரிய முட்டாளா இருக்கான். அவன மாதிரி ஒரு கிறுக்கன என் சர்வீஸ்ல நான் பார்த்ததில்ல", என்றார்.

"அப்படி என்ன சார் ஆச்சு?" இது நான்.

"இவன் எல்லாம் படிக்க வல்லனு யார் அழுதா? அவனும் அவன் உடம்புல வீசுற ஆட்டு நாத்தமும், ச்சே.. அவன பார்த்தாலே பத்திகிட்டு வருது சார். ஆடு மேய்க்கிற நாயி, ஆடு மேச்சுக்கிட்டே கெடக்க வேண்டியதுதானே, இதெல்லாம் பள்ளிக்கூடத்துக்கு வந்து நம்ம உசுர எடுக்குது. எவனெவனுக்கோ

சாவு வருது, இவனுக்கு வரமாட்டேங்குதே!" என்று மூச்சு விடாமல் பொரிந்து தள்ளினார்.

எவ்வளவு பெரிய சாபம்? அதிகபட்சம் ஒரு கேள்விதானே கேட்டிருப்பான் என்று எனக்குத் தோன்றியது. இவரிடம் இதைப் பற்றி கேட்டால் இன்னும் அவனுக்கு என்னென்ன சாபம் வந்து விழும் என்று தெரியாது, என்ற நினைப்பில் அடுத்து எதுவும் கேட்காமல் விட்டுவிட்டேன். அறிவு , ஆயிசா நடராஜனின் கதையில் வரும் ஆயிசாவாக மாறிவிடக் கூடாதல்லவா.

அன்று மாலையே அறிவை வெளியில் சந்திக்கும் வாய்ப்பு எனக்குக் கிடைத்தது. ஆடு மேய்த்துக்கொண்டிருந்தான்... மேய்த்துக் கொண்டிருந்தான் என்பதை விட, ஆட்டுடன் கட்டிப்பிடித்து உருண்டுகொண்டிருந்தான் என்றுதான் சொல்லவேண்டும்.

"டேய், அறிவு"

"சார்"

"இங்க என்னடா பன்ற?"

"ஆட்டோட வெளையாடிட்டு இருக்கேன் சார்"

"ஏண்டா இப்படி மண்ணுல படுத்து உருண்டுட்டு இருக்க? பாரு டிரெஸ்லாம் எப்படி அழுக்காயிடுச்சுனு?" என்றவாறு அவனை அருகில் இழுத்துப் பிடித்து, தூசி தட்டிவிட்டுக் கொண்டே கேட்டேன். "ஆமா, இன்னைக்கு காலையில கண்ணன் சார் ஏண்டா உன்ன அப்படி அடிச்சாரு? அவர் அப்படிக் கோபப்படுற அளவுக்கு நீ என்ன கேட்ட?" என்றேன்.

"கேள்வி கேட்டதுக்குதான் சார் அப்படி வாங்கிக் கட்டிக்கிட்டேன். அவர் வகுப்புல எப்பவும் நான் இப்படித்தான் சார் அடியும், திட்டும் வாங்கிக்கிட்டே இருப்பேன்" என்றான் மிகச் சாதாரணமாக.

இதை எப்படி இவனால் இவ்வளவு சாதாரணமாக எடுத்துக் கொள்ள முடிகிறது? என்று எனக்குப் புரியவில்லை.

"அப்படி என்ன கேள்விடா கேட்ட?" என்றேன்.

"அதச் சொன்னா நீங்களும் திட்டுவீங்க சார்" என்றான்.

"திட்ட மாட்டேன் சும்மா சொல்லுடா."

"அவர்தான் சார் சொன்னாரு, நம்ம நாட்டுக்கு காந்தித் தாத்தாதான் சுதந்திரம் வாங்கிக் கொடுத்ததுனு."

"சரி..."

"அவர் தென்னாப்பிரிக்காவிலருந்து வரலைன்னா நம்ம நாட்டுக்கு யாரு சார் சுதந்திரம் வாங்கிக் கொடுத்திருப்பாங்கனு கேட்டேன்"

"அதுக்கு அவரு உங்க அப்பத்தாதான், சும்மா உட்காரமாட்ட, எப்பப் பாத்தாலும் தொணதொணன்னு, என் உசுர வாங்குறதுக்குன்னே என் வகுப்பில வந்து ஒக்காந்திருக்கு, சனியன்னு சொல்லி திட்டினாரு சார். இனிமேல் என் வகுப்புல நீ எந்தக் கேள்வியும் கேக்கக் கூடாது, மீறி கேட்ட அவ்வளவு தான்னு சொன்னாரு சார். நான் அதுக்கு, நீங்க தான சார் எந்தச் சந்தேகமிருந்தாலும் என்கிட்ட கேளுங்கனு சொன்னீங்க, அதுனாலதான் கேட்டேன்னு சொன்னேன். அதுக்குத்தான் சார் அடிச்சாரு" என்றான்.

தூக்கிவாரிப்போட்டது எனக்கு. சம்மட்டியால் தலையில் அடித்தது போன்ற உணர்வு. ஏன்? எதற்கு? எப்படி? என்பதுதானே கல்வி. இதற்குத்தானே பாடத்திட்டம், கலைத்திட்டம், கருமாந்திரம் எல்லாம். அவனை வாரி அணைத்துக்கொண்டேன். என் கண்கள் கலங்கிவிட்டன. அறிவு எத்தனைப் பொருத்தமான பெயர். இவனைத் தட்டிக்கொடுத்து அல்லவா வளர்க்க வேண்டும். கொட்டி, மட்டம் தட்டி உட்காரச் சொல்லக்கூடாது.

"உங்களுக்குத் தெரியுமா சார்... காந்தித் தாத்தா இல்லன்னா, யாரு சுதந்திரம் வாங்கிக் கொடுத்திருப்பாங்கன்னு?" என்றான்.

"காந்தி இல்லனா, அவர் மாதிரி வேற ஒரு தலைவர் போராட்டத்தை முன்னெடுத்து நமக்குச் சுதந்திரம் வாங்கிக் கொடுத்திருப்பாங்கப்பா" என்றேன்.

எனக்குத் தோன்றிய பதில்தான் இது. இத்தகைய பதில்களை எதிர்பார்த்துதானே கேள்விகள் கேட்கப்படுகிறது.

"ஏன் சார் மக்களா போராடி சுதந்திரம் வாங்கி இருக்க முடியாதா?"

ஐயோ! இவனை இப்போதைக்குத் திருப்திப்படுத்த முடியாது போலிருக்கே. கேள்விகளால் நிறைந்து வழியும் உருவமாக இருந்தான் அவன்.

"மக்கள் மட்டும் போராடினாலும் சுதந்திரம் கெடச்சிருக்கும். ஆனா, அந்தப் போராட்டம் எப்படி இருக்கணும்? எப்படிப் போராடணும்னு எடுத்துச் சொல்ல ஒரு தலைவர் வேணும்.

மக்கள் சார்பா, வெள்ளைக்காரன் கிட்ட பேச ஒருத்தர் வேணுமில்ல" என்றேன். இந்தப் பதில் அவனை திருப்திப்படுத்தி இருக்குமா என்று தெரியாது.

"சரிடா, நாளைக்கு ஸ்கூல்ல பாக்கலாம்"என்று அங்கிருந்து நகர்ந்தேன். பதில்களின் பற்றாக்குறை காரணமாகவே அங்கிருந்து பயந்து வந்தேன் என்பதுதான் உண்மை.

இப்பொழுதெல்லாம் அறிவுடை நம்பியின் வகுப்பாசிரியர் என்ற முறையில் அவன் மீது வரும் புகார்களை மிகக் கவனமாகவே அணுகுகிறேன்.

ஒரு நாள் வருகைப் பதிவு செய்துகொண்டிருந்த பொழுது.

"அப்பாஸ்..."

"உள்ளேன் ஐயா."

"அன்பழகன்..."

"உள்ளேன் ஐயா."

"அறிவுடை நம்பி..."

"....................."

"டேய், அறிவுடை நம்பி..!"

"ஐயா, அவன் இன்னைக்கு லீவுயா."

"இந்தாங்கைய்யா லீவு லெட்டர்" – இது சண்முகம்.

வாங்கிப் பார்த்த எனக்கு அந்த விடுப்புக் கடிதம் மிகப் பெரிய ஆச்சரியம் அளித்தது. நம்பியின் பாட்டிக்கு உடம்பு சரியில்லை. அம்மா வழக்கம் போல் வேலைக்குச் சென்று விட்டதால், வீட்டிலுள்ள ஆட்டினைப் பார்த்துக்கொள்வதற்கு ஆளில்லாத காரணத்தால், இன்று ஒருநாள் மட்டும் விடுப்பு அளிக்குமாறு எழுதப்பட்டிருந்தது.

எனக்குத் தெரிந்து, நான் படித்த காலங்களிலும் சரி, வேலை பார்க்கும் இத்தனைக் காலங்களிலும் சரி, உண்மையான காரணம் சுமந்து ஒரு விடுப்புக் கடிதம் பள்ளிக்கு இன்றுதான் வந்துள்ளது. அவனைக் கொண்டாடித் தீர்க்க வேண்டும் போலிருந்தது. அந்தக் கடிதம் எனக்கு வேறு ஓர் உணர்வைத் தந்தது. மாணவர்களிடம் நாம் இன்னும் கற்றுக்கொள்ள எவ்வளவு இருக்கிறதோ தெரியவில்லை.

இப்படித்தான் ஒருநாள், "கண்ணுகளா, எல்லோரும் நாளைக்கு வரும்போது எதிர்காலத்தில் என்னவாக ஆகணும்... நீங்க என்ன வேலை செய்ய விரும்புறீங்கனு ஒரு வெள்ளைத்தாளில் எழுதிட்டு வரணும்" என்றேன்.

வழக்கம்போல் டாக்டர், என்ஜினியர், கலெக்டர் என்று இருந்த கடிதங்களுக்கு மத்தியில் அறிவின் கடிதம் என் கையில் சிக்கியது. அடப்பாவி என்ன இது? அவனின் கடிதம் இப்படி இருக்கக் கூடாது. என்னுள் கோபத்தைத் தூண்டிய அந்தக் கடிதம், அறிவின் மேல் வருத்தத்தை ஏற்படுத்தியது.

"அறிவு இங்க வாடா"

"சார்"

"இந்தப் பேப்பர்ல எதிர்காலத்தில் என்ன ஆகணும்னு எழுதி வச்சிருக்க?"

"சார்" என்றான்.

"என்னடா இது கந்து வட்டிக்காரன் ஆகணும்னு எழுதி வச்சிருக்க?. இதுதான் உன் எதிர்கால லட்சியமா?" என்றேன்.

"ஆமாங்க சார்" என்றான்.

இவன் தெரிந்துதான் சொல்கிறானா? இல்லை, தெரியாமல் சொல்கிறானா? இல்லை, இதற்கும் இவனிடம் ஏதாவது ஒரு காரணம் இருக்குமா? என்று குழப்பத்தில் நான் இருந்தேன்.

"ஏன்டா இப்படி எழுதின?" என்றேன். என் குரலில் கோபம் கொஞ்சம் தணிந்திருந்தது. அது அவன் பதட்டத்தைக் கொஞ்சம் குறைத்திருக்க வேண்டும். அவன் முகம் கொஞ்சம் இயல்பானது.

"சார் அவங்ககிட்டதான் நிறைய பணம் இருக்கும். அப்பாகிட்ட காசு கேட்டா, நான் என்ன கந்துவட்டி கொடுத்தா சம்பாதிக்கிறேன்? எப்பப் பாத்தாலும் காசு காசுனு அரிக்கிறனு" சொல்றாரு.

"எங்க வீட்டுல கறி எடுக்கணும்னா கந்து வட்டிக்குக் காசு வாங்கி தான் எடுப்பாங்களாம் சார். எங்கப் பாட்டி சொன்னாங்க, எங்க வீட்டுல இருக்கற ஆட்டுக்குட்டிக்கூட இப்படி வாங்குனது தானாம் சார். அதனாலதான் நான் அப்படி எழுதினேன்" என்றவன், மெல்ல என் அருகில் வந்து, "எங்க சமூக அறிவியல் சார் கூட கந்துவட்டி கொடுத்துதான் சம்பாதிக்கிறாருன்னு நீங்க கூட ரமேஷ் சார் கிட்ட பேசிட்டு இருந்தத நான் கேட்டேன் சார்" என்றதும் எனக்கு அவனிடம் என்ன சொல்வதென்று தெரியவில்லை. தவறு அவனிடம் இல்லை என்பது மட்டும் புரிந்தது.

"கண்ணன் சாருக்கு என்ன ரமேஷ், கந்துவட்டிக்குக் குடுத்து சம்பாரிக்கிறாரு. செலவு செய்ய அஞ்ச மாட்டாரு.

நாம அப்பிடியா, இறுக்கிப் பிடிச்சு செலவு செய்யணும்". என்று நான் சொன்ன வார்த்தைகள்தான் இவை.

என்ன சொல்வதென்று தெரியாமல் அவ்விடம் விட்டு நகர்ந்தேன். இப்படித் தினமும் ஏதாவது ஒரு படிப்பினையை எனக்குக் கற்றுக் கொடுப்பவன் அறிவு. ஆசிரியர்களைப் போல் மாணவர்கள் கற்றுக் கொடுப்பதற்கு மெனக்கெடுவதில்லை.

இப்படித்தான் ஒரு நாள் பள்ளிக்கு ஆட்டுக்குட்டியுடன் வந்துவிட்டான். அனைவருக்கும் ஒரே அதிர்ச்சி.

"என்னடா அறிவு ஆட்டுக்குட்டிய இங்கேயே கூட்டிட்டு வந்துட்ட?" என்று கேட்டால் சாதாரணமாகப் பதில் வந்தது அவனிடம்.

"சார், பாட்டிக்கு உடம்பு சரியில்ல, அம்மா வழக்கம்போல வேலைக்குப் போயிட்டாங்க. இவன கவனிக்க ஆளு இல்ல சார். இத காரணமா வச்சு எத்தன நாள் லீவு போடுறது. அதான் சார் இங்க கூட்டிட்டு வந்துட்டேன்" என்றான்.

அவன் புத்தகப் பையோடு புல்லுக்கட்டு பையும் கொண்டு வந்திருந்தான் என்பதுதான் சிறப்பு. புற்களை சிறுசிறு கட்டுகளாகக் கட்டி ஒரு பையில் எடுத்து வந்திருந்தான். வகுப்பறையில் இருக்கும் போது அவ்வப்போது அனுமதி கேட்டு வெளியே சென்று ஆட்டுக்குப் புல்லும், தேவைப்பட்டால் தண்ணீரும் வைத்து விட்டு வருவான். அவனது நடவடிக்கைகளைக் காண கண் கோடி வேண்டும். கண்ணன் சாருக்கு தான் அவனது நடவடிக்கைகள் ஒப்புக்கொள்ளவில்லை. அவரது பாடவேளைகள் இரண்டிலும் அறிவுக்கு அனுமதி மறுக்கப்பட்டது. ஆட்டினை கவனிக்க அவனால் முடியவில்லை. ஆடும் அவனின் வருகையை எதிர்பார்த்ததுபோல் கத்திக்கொண்டேதான் இருந்தது. பள்ளியின் அமைதி சற்றுக் குறைந்துபோனாலும் அந்நாளின் கடைசி பாடவேளை என்பதால் யாரும் அதைப் பெரிதாகக் கண்டு கொள்ளவில்லை. வயதுக்கு மீறிய அவன் பொறுப்பு, சில ஆசிரியர்களை ஆச்சரியத்தில் ஆழ்த்தியது.

ஒரு சில நாட்கள் மாணவர்களிடம் கேள்வி கேட்கும் போது சில சுவாரசியமான பதில்கள் கிடைப்பதுண்டு. சில நேரங்களில் அவர்களின் வயதுக்கேற்ற சிறுபிள்ளைத்தனமான பதில்களும் வரும். சமயங்களில் நாம் ஆச்சரியப்படும் விதத்தில் எதிர்க் கேள்விகள் வந்து விழும். அவை நம்மை ஓடி ஒளியச் செய்துவிடும். அப்படி ஒரு நாள் எனக்கு வந்தது.

“டேய் உங்க குடும்பத்தில உங்களுக்கு யாரை ரொம்பப் பிடிக்கும்? ஏன் ரொம்பப் பிடிக்கும்? ஒவ்வொருத்தரா சொல்லுங்க பாக்கலாம்“என்றேன்.

எல்லோரும் வழக்கம் போல் அம்மா, அப்பா, தாத்தா, பாட்டி என அவர்களின் சந்தோஷங்களுக்கு ஏற்றார்போல் தேர்வு செய்து காரணங்களைக் கூறிக் கொண்டிருந்தனர். அடுத்து அறிவு. அமைதியாக எழுந்தவன், கையைக் கட்டிக்கொண்டு, என் கண்ணைப் பார்த்து, “ஆட்டுக்குட்டிதான் சார் இந்த உலகத்திலேயே எனக்கு ரொம்பப் பிடிச்சது” என்றான்.

“சார் அவன் பட்டப் பேரு ஆடுதான் சார்” என்றான் தங்கமணி.

“சார் இது சமூக அறிவியல் சார் வச்ச பேரு சார்” இது பழனியம்மாள்.

“ஆமா சார்” என்று வகுப்பறையே சிரித்தது. அறிவும் தான்.

“கண்ணன் சாரா உனக்கு இந்தப் பேரு வச்சது?”

“ஆமா சார். ஆனா அவர் இவன் பட்டப்பேர சொல்லிக் கூப்டுறப்பலாம் சாருக்குத் தெரியாம காலரத் தூக்கி விட்டுக்குவான் சார்” இது கனகவேல். மீண்டும் எங்கும் சிரிப்பு.

“எல்லோருக்கும் அவங்க பட்டப் பேர் சொல்லிக் கூப்பிட்டா கோபம் வரும், ஆனா எனக்கு என்னோட பட்டப்பேர் சொல்லிக் கூப்பிட்டா சந்தோசமா இருக்கும் சார். சும்மா கோவப்படுற மாதிரி நடிச்சா பசங்கத் திரும்பத் திரும்பக் கூப்பிடுவாங்க. எனக்கு அவ்வளவு சந்தோசமா இருக்கும், மனசுக்குள்ளேயே குதிச்சுக்குவேன் சார்” என்றான்.

“ஏன்டா அம்மா, அப்பா, பாட்டினு யாரையாவது சொல்லுவனு பாத்தா ஆட்டுக்குட்டினு சொல்ற?” என்றவுடன் வகுப்பறையே சிரித்தது. ஆனால் அவன் முகம் மட்டும் சோகமாய் மாறியது.

“உங்களுக்கு யாரு சார் ரொம்பப் பிடிக்கும்?” என்று கேட்டான்.

கேள்விகளால் வளர்கிறவன் இவன்.

“என் மகன், அம்மா, அப்பா, மனைவி, அப்புறம் நீங்க” என்றேன்.

“ஏன் சார் எல்லாரையும் உங்களுக்கு ரொம்பப் பிடிக்கும்?”

“நான் அதிக நேரம் செலவிடுறது இவங்ககூடத்தான், நான் அதிகம் அக்கறை வச்சிருக்கிறதும் இவங்க மேலதான். அதனால் தான் இவங்க, உங்க எல்லாரையும் எனக்கு ரொம்பப் பிடிக்கும்” என்றேன்.

அவன் உதட்டின் ஓரத்தில் ஒரு சிறு சிரிப்பு உதித்தது. “அதுனாலதான் சார் எனக்கு என் ஆட்டுக்குட்டிய ரொம்பப் பிடிச்சிருக்கு” என்றான்.

“என்னடா சொல்ற?” என்றேன்.

“சார் எங்க அம்மா ஒருநாள் கூட என்கிட்ட பாசமா பேசினதில்ல. பக்கத்தில போனாலே எரிஞ்சு எரிஞ்சு விழுவாங்க. காரணமே இல்லாம என்ன திட்டுவாங்க. அப்பாவுக்கு குடிக்க மட்டும் தான் தெரியும். பக்கத்தில போனாலே தூர போடா தேவிடியாப் பயலேனு திட்டுவாரு. நீ எனக்குதான் பொறந்தையாடானு என்ன அடிப்பாரு. ஆட்டுக்குட்டி தான் சார் இதெல்லாம் செய்யாம எப்பவும் என்கூடயே விளையாடிட்டு இருக்கும். அதனாலதான் சார் அத எனக்கு ரொம்பப் பிடிக்கும்” என்றான் சாதாரணமாக.

இந்த வயதில் வாழக்கூடாத ஒரு வாழ்வை அறிவு வாழ்ந்து கொண்டிருக்கிறான் என்பது என் மனதை கனமாக்கி, கண்களைக் குளமாக்கியது. அவனது பெற்றோரைச் சந்தித்து இது குறித்து ஏதாவது செய்யமுடியுமா? என்று யோசித்தேன். யோசிக்க மட்டுமே முடிந்தது. எதுவும் செய்யமுடியவில்லை.

ஒரு நாள், ஒரு நடுத்தர வயதுக்காரர், அறிவுடன் என்னிடம் வந்தார். நான் இருக்கும் வகுப்பறைக்குச் சற்றுத் தள்ளி அவனை நிறுத்திவிட்டு, மிகவும் படபடப்புடன் என்னிடம் வந்தவர், “சார் அறிவ வீட்டுக்குக் கூட்டிட்டுப் போகணும்” என்றார்.

“ஏன்? எதுக்கு?”

“சார் அவனோட அப்பா செத்துட்டாரு சார். தூக்கு போட்டுக்கிட்டாரு” என்றார் கண்ணீர் மல்க.

“ஐயையோ, எதுக்கு? என்னாச்சு? “என்று என் கேள்விகளை அடுக்க நினைத்த நான், பதில் சொல்லும் நிலையில் அவர் இல்லை என்பதை உணர்ந்ததால், ‘சரி’ என்று மட்டும் தலையாட்டினேன்.

அடுத்து ஒரு நிமிடம்கூட என்னால் பாடம் நடத்த முடியவில்லை. தலைமை ஆசிரியரிடம் அனுமதி பெற்றுக்

கொண்டு நானும் அறிவின் வீட்டுக்குச் செல்வது என முடிவெடுத்தேன். என்னோடு கண்ணன் சாரும் வருவதாகச் சொன்னார். இருவரும் நம்பியின் வீட்டை நோக்கிப் பயணமானோம்.

ஐஸ் பெட்டியில் வைக்கப்பட்டிருந்தது அறிவின் அப்பாவின் உடல். ஆங்காங்கு சிலர் நின்று கொண்டிருந்தனர். பிணத்தை எடுப்பதற்கான வேலையும் நடந்து கொண்டிருந்தது.

"இப்படிப் பச்ச மண்ண அனாதையா தவிக்க விட்டுட்டு போயிட்டியேடா என் ராசா! கொஞ்சம் கூட இந்தப் பையனோட நெனப்பு வல்லையாடா உனக்கு! இவன தனியா வச்சுக்கிட்டு நான் என்ன பண்ணப்போறேனோ! இந்தக் குடும்பத்தை இப்படிச் சீரழிச்சிட்டுப் போயிட்டாளே சண்டாளி! அவள் நாசமா போக ! நடுத்தெருவில் பிச்சை எடுத்து, புழுவு வச்சு சாவ! ஓடுகாலி முண்ட! அவ அரிப்ப அடக்க, இந்த குடும்ப வெளக்க அணைச்சுட்டு போயிட்டாளே! நான் என்ன பண்ணுவேன்" என்ற அந்தக் கிழவியின் ஒப்பாரி அங்கிருந்த காற்றையும் கரைய வைத்தது.

அறிவு, அப்போதும் அந்த ஆட்டுக்குட்டியுடன்தான் இருந்தான். அவன் கண்களில் கண்ணீர் வழிந்த வண்ணம் இருந்தது.

* * *

2

டி.டி. @ டிமாண்ட் டிராஃப்ட்

"டேய் எந்திரிடா, எவ்வளவு நேரம் தான் தூங்குவ?, உங்க அப்பா வந்தா என்ன நடக்கும்னு தெரியும்ல, காலைலயே அவர்கிட்ட வாங்கிக் கட்டிக்காத" என்றாள் பாலாமணி.

"அம்மா இன்னக்கி ஸ்கூல் லீவுதானமா, எப்ப எந்திரிச்சா என்ன? ஸ்கூல் படிக்கிறப்பதான் உன் டார்ச்சர் தாங்க முடியாது, வேகமா எந்திரி, வேகமா எந்திரின்னு தொல்ல பண்ணுவ, இப்ப நான் வாத்தியார், இப்பவும் இதே டார்ச்சரா?"

"ஆமா வாத்தியார்னு நீதான் மெச்சிக்கணும், அப்பிடியே ஆயிரம் ஆயிரமா வாங்கி வந்து என் கைல கொடுத்துட்ட, வெறும் 900 ஓவா சம்பாத்தியத்துக்கே இப்பிடியா?"

என்னதான் அம்மா இப்படிச் சொன்னாலும், தான் வாங்கும் இந்த குறைந்த சம்பளம் அவளுக்கு எவ்வளவு பெருமையான விசயமாக முதல் மாதத்தில் இருந்தது என்பது எனக்குத் தெரியும்.

உள்ளூரிலேயே ஒரு தனியார் பள்ளியில் ஆசிரியராகப் பணிபுரிகிறேன். ஆசிரியர் பயிற்சி முடித்த பின்பு வீட்டில் சும்மா இருக்கக் கூடாது என்பதற்காக அப்பாவின் சிபாரிசில் கிடைத்த வேலை. அம்மாவைப் பொருத்தவரை வேலை என்றால் கை நிறைய சம்பளம் இருக்க வேண்டும், இங்கு எனக்கு அப்படியல்ல என்பதே அவளின் வருத்தம். தனியார் பள்ளிகளின் ஊதிய அரசியலைப் பற்றி அறியாதவள், அதுவும் எந்த ஒரு அனுபவமும் இல்லாத என் போன்றோருக்கு அவர்கள் தரும் ஊதியம் மிகவும் சொற்பமே. அதனால் தான் என் தொலைதூரக் கல்வியை அப்பாவின் தயவால் முடிக்க வேண்டியிருந்தது.

“இந்தாடா குடி” என்று வேண்டாவெறுப்பாக அம்மா கொடுத்தக் காபி தேவாமிர்தம்தான்.

“அம்மா”

“என்னடா”

“காலேஜ் எக்ஸாமுக்கு ஃபீஸ் கட்டணும்னு அப்பாகிட்ட 2500 ரூபாய் வாங்கி வைக்கச் சொன்னேனே, வாங்கி வச்சயா?”

“அய்யய்யோ மறந்துட்டன்டா, இப்ப உன் அப்பா வர நேரம்தான் நீயே கேளு”

“ஏம்மா இதக்கூட வாங்கி வைக்காம என்ன பண்ணுன? போம்மா”

“டேய் நான் என்ன பண்றது? நேத்து அவர் வீட்டுக்கு வரும்போது நைட்டு பதினோரு மணி. வந்ததும் சாப்டு தூங்கிட்டார். காலைல அவர் எந்திரிச்சதும் வெளிய போய்ட்டார். இப்ப சாப்பிட வீட்டுக்கு வருவாரு, கேட்டு வாங்கிக்க, அதுக்கு ஏன் இப்பிடிக் கத்துற?” என்று அம்மா வார்த்தையை முடிக்கவில்லை, வாசலில் அப்பாவின் செருப்பு சத்தம் கேட்டது. அந்த சத்தம் வீட்டின் மொத்த சூழலையும் மாற்றிவிட்டது.

“என்னடா இப்பதான் எந்திரிச்சியா?”

“ஆமாங்பா”

“இந்த வயசுல நான் காலைல 5 மணிக்கே எந்திரிச்சு பொழப்ப பாக்க நாயா, பேயா அலைய போறேன், நீ என்னன்னா பொச்சுல வெயில் அடிக்கிற வரைக்கும் தூங்கிட்டே இருக்க” என்றார். வழக்கம்போல் ஆரம்பித்துவிட்டார், எப்போதும் இவர் இப்படித்தான். இந்தச் சூழலில் அமைதியாக நிற்பதே என் வேலை, இப்போதும் அப்படியே நின்றேன்.

டெய்லி காலைல எந்திருச்சு வாக்கிங் போ, எக்சஸைஸ் பண்ணுன்னு உனக்கு எத்தன தடவ சொல்றது. செவிடன் காதுல ஊதுன சங்கு மாதிரி சிவனேன்னு கெடக்க. இந்த வயசுதான் உடம்ப பாத்துக்குற வயசு. இப்ப நீ அத சரியா கவனிக்கலன்னா, வயசானதுக்கு பிறகு அத மட்டுமே கவனிக்கிறதுதான் உன் வேலையா இருக்கும். இந்த வயசுல நான் உடம்புல எந்த பிரச்சனையும் இல்லாம இருக்கேன்னா, சின்ன வயசுல நான் செஞ்ச வேலைதான் காரணம். அஞ்சாப்புக்கு மேல எங்கப்பா என்ன பள்ளிக்கோடம் போக வேணாம்னுட்டாரு. நானாத்தான் அடம்பிடிச்சு படிச்சேன்.

அதுவும் லீவுநாளுல வேலை பாத்துட்டே. இங்க இருந்து கேரளாவுக்கு அரிசி மூட்ட தூக்கிட்டு போவணும், இந்த மலை மேல ஏறி அந்தப்பக்கம் இறங்கிக் குடுத்தா ஒரு மூட்டைக்கு ஒரு ரூபா குடுப்பான். இப்பிடிக் கிடச்ச வேலையெல்லாம் பாத்துதான் படிச்சேன். அப்ப இருந்து இப்ப வரைக்கும் எவன் கையையும் எதிர்பாக்காம நானா சேத்ததுதான் இவ்வளவும். உடம்புல மட்டும் இல்ல, சம்பாரிக்கிறதுலயும் சுறுசுறுப்பு வேணும், இல்லனா நீ இந்தச் சமுதாயத்துல செல்லாக்காசுதான்" என்றார்.

அவர் எப்போதும் இப்படித்தான், அவரின் பால்யங்களைப் பேசி இந்த நடைமுறை வாழ்க்கையை எனக்கு விளக்க முயற்சித்துக்கொண்டே இருப்பார்.

"ஏங்க நீங்க பழம பேசுனது போதும், இன்னக்கி லீவுன்னுதான் இவ்வளவு நேரம் தூங்குனான், பள்ளிக்கூட நாளுல அவன் வெள்ளனாத்தான எந்திரிக்கிறான்" என்றாள் அம்மா.

"நீதாண்டி அவனுக்குச் செல்லம் கொடுத்துக் கெடுக்குற, கல்யாணம் பண்ற வயசு வந்திருச்சு இன்னும் பொறுப்பு வரல. இவனெல்லாம் எப்பிடி பொழைக்கப்போறானோ?" என்றார் அப்பா கவலை நிறைந்த தொனியில்.

"அவன் கல்யாணத்துக்குப் பிறகு பொழைக்கிறது இருக்கட்டும், பரிச்சைக்குப் பணம் கட்டணுமாம், நாளிக்குதான் கடைசி தேதியாம், 2500 ரூபா கேட்டான், நான் நேத்தே கேக்க மறந்துட்டேன். குடுங்க போய் கட்டிட்டு வரட்டும்" என்றாள்.

மனதுக்குள் அவளுக்கு நன்றி கூறிக்கொண்டேன்.

"தொர கடைசி நாளுலதான் கேப்பாராம்மா, இவ்வளவு நாளு என்ன பண்ணிட்டு இருந்தாரு?"

வழக்கம் போல் அமைதியாக நின்றிருந்தேன்.

"எவ்வளவு டா?"

"ரெண்டாயிரத்து ஐநூறுங்ப்பா"

"எப்பிடிக் கட்டுவ?"

"டி.டி. எடுக்கணுங்ப்பா"

"பணம் கட்டின செல்லான கொண்டுவந்து காட்டணும். சரியா?"

"சரிங்ப்பா" (செல்லானா... அப்படியென்றால்? ஒன்றும் புரியவில்லை எனக்கு)

“ஒழுங்கா கட்டிடுவியா? இல்ல வழக்கம்போல ஏதாவது கோக்குமாக்கு பண்ணிடுவியா?”

“கட்டிடுவேன்ப்பா”

“எந்த பேங்க் டா?”

“கனரா பேங்க்பா”

“கனரா பேங்கா, நான் மதியமா அங்கத்தான் போறேன். என்கூட வரியா? இல்ல இப்ப நீயா போய் எடுத்துக்குறியா?”

“இல்லப்பா பிரசன்னா கூட வரான். அவனுக்கும் எடுக்கணும், ரெண்டு பேரும் போய்ட்டு வரோம்”

“அவனா? சரிதான். நீ தனியா போனாலே ஒரு வேலைய ஒழுங்கா முடிக்க மாட்ட. இதுல அவன வேற கூட்டு சேத்துக்கிட்டா இந்த வேலை வெலங்குன மாதிரிதான். இங்க பாரு, இது காசு விசயம், அதுமட்டுமில்ல உங்கப் படிப்பு விசயம் உங்க கோமளித்தனத்த விட்டுட்டு கொஞ்சம் கவனமா இந்த வேலைய முடிக்கப்பாருங்க, சரியா?”

“அதெல்லாம் சரியா போய்ட்டு வந்திடுவான், குடுத்து அனுப்புங்க” என்றாள் அம்மா.

பிரசன்னா, என் உயிர் நண்பன். ஒன்றாம் வகுப்பிலிருந்து நானும் அவனும் ஒன்றாகவே திரிகிறோம். என் எல்லா செயல்களும் அவனுடன்தான், அவனின் எல்லா செயல்களும் என்னுடன்தான். என் தவறுகளுக்கு அவனும், அவன் தவறுகளுக்கு நானும் அவரவர் வீட்டில் பொறுப்பேற்றுக்கொள்வோம். என்னைவிட அவன் தான் என் தந்தையால் மிகவும் கண்டிப்புக்கு உள்ளாகியிருக்கிறான். அவனுடன் சுற்றுவதால்தான் நான் இப்படிப் பொறுப்பற்று இருக்கிறேன் என்பது என் தந்தையின் பிரதான எண்ணம். உண்மையில் சொல்ல வேண்டுமென்றால் ஆசிரியர் வேலை பார்த்தாலும் அந்த வயதுக்குரிய துறுதுறுப்பு, சேட்டைகள், எதையும் சீரியஸாக எடுத்துக்கொள்ளாத மனநிலையில்தான் இருவரும் இருந்தோம்.

“பாக்கலாம்டா, நீங்க எப்பிடிதான் பொழைக்கப் போறீங்கன்னு” என்பதுதான் என் தந்தையின் அதிகக் கண்டிப்பான வார்த்தைகளாய் இருக்கும். இந்த வார்த்தையைப் பொய்யாக்க வேண்டும் என்பதற்காகவே ஒவ்வொரு செயலிலும் அதீத அக்கறை காட்டுவோம், அதுவே எங்களின் தவறுக்கு ஒரு காரணமாகக் கூட இருக்கலாம் என்பது எனது எண்ணம். இந்த டி.டி. விசயத்தில் அப்படி எதுவும் நடக்கக் கூடாது.

ஏதேதோ விசயங்களைப் பேசிக்கொண்டு நடந்தாலும் இருவரின் மனதிலும் ஒரே விசயம்தான் ஓடிக்கொண்டிருந்தது. டி.டி. எப்படி எடுப்பது?. இருவரும் இதற்கு முன் டி.டி. எடுத்தது இல்லை. நேற்று இவன் கேட்டக் கேள்வி இன்னும் என் மனதை அரித்துக்கொண்டிருந்தது.

“மச்சி நானாவது சயன்ஸ் குருப், நீ வொக்கேசனல்தானடா. உனக்கும் டிடி எப்பிடி எடுக்கணும்னு தெரியாதா? உனக்கு இதெல்லாம் பாடத்துலயே வந்திருக்கும்லடா?” என்றான்.

சாதாரணமாகத்தான் அவன் கேள்வி கேட்டான். ஆனால் அந்தக் கேள்வி என்னை எந்த அளவுக்கு பாதித்தது என்பது அவனுக்குத் தெரியாது. இந்தக் கேள்வி எனக்கானது அல்ல... என்னைப்போல் ஏட்டுக்கல்வி மட்டும் கற்றுக்கொண்டு எல்லாவற்றையும் வார்த்தைகளால் மட்டுமே வரைந்துகொண்ட குருடர்களுக்கானது. இந்தக் கேள்வி எனக்கானது அல்ல... என்னைப்போன்ற குருடர்களுக்கு யானையைத் தடவிக் காண்பித்த ஆசிரியர்களுக்கு, அந்த ஆசிரியர்களுக்கு யானையைத் தடவ அதிகாரம் அளித்த இக்கல்வி முறைக்கு, இக்கல்வி முறையை வடிவமைத்த, அதனை அங்கீகரித்த அனைத்து ஆளுமைகளுக்கும் என்பது அவனுக்குக் கண்டிப்பாகத் தெரிந்திருக்காது.

“இல்ல மச்சி, வாய்லயே வடய சுட்டுட்டாய்ங்க, இதப்பத்தியெல்லாம் வார்த்தைகள்ல படிச்சதோட சரி, இன்னும் கேட்டா, படிச்சனான்னே எனக்கு ஞாபகம் இல்ல” என்றேன்.

“சரி வா, பேங்க்ல போயி பாத்துக்கலாம்” என்றவனுக்கு, தலையாட்டிவிட்டு நடந்தேன்.

வங்கியில் கூட்டம் குறைவாகத்தான் இருந்தது. அதனால் எங்கள் வேலை எளிதில் முடிந்துவிடும் என்ற பெருமூச்சு இருவருக்குள்ளிருந்தும் வந்தது. முதன்முதலில் பத்தாம் வகுப்புப் பொதுத்தேர்வு எழுதும் அரசுப் பள்ளி மாணவர்கள் தேர்வு அறைக்குள் நுழைவது போல் வங்கிக்குள் நுழைந்தோம்.

உள்ளே இடப்பக்க ஓரத்தில் ஒரு மேஜையில், ஆங்கிலத்தில் “மே ஐ ஹெல்ப் யூ” என்ற ஒரு சிறிய பலகைக்குப் பின் வழுக்கைத் தலையுடன் ஒரு நடுத்தர வயது ஆள் அமர்ந்திருந்தார். ஆங்கிலத்தில் இந்தப் பலகையைப் பார்த்ததும், ஆங்கிலம் தெரியாத நபர்கள் எப்படி இவரிடம் உதவி கேட்பார்கள் என்ற சந்தேகம் என்னுள் எழுந்தது. ஒரு வேளை அப்படி யாரும் தன்னிடம் சந்தேகம் கேட்கக் கூடாது என்பதற்காகத்தான் ஆங்கிலத்தில்

எழுதப்பட்டுள்ளது என்ற பதிலும் உடனே என் மனதில் தோன்ற அவரிடம் சென்றோம். எங்கிருந்துதான் இவ்வளவு அடக்கம் என்னுள் வந்து ஒட்டிக்கொண்டதோ தெரியவில்லை. தலைமை ஆசிரியரிடம் பேசும் மாணவன் போல் "அண்ணே டி.டி. எடுக்கனும்" என்று கூறியவுடன் எதுவும் பேசாமல் ஒரு பச்சை நிறத் தாளை எடுத்து நீட்டினார். நாங்கள் இப்படிக் கேட்டதும் அவரின் முகம் ஏன் இத்தனைக் கோணல்களை வெளிக்காட்டியது என்பது எனக்குப் புரியவில்லை.

"இந்த செல்லானை ஃபில் பண்ணி கேஸ் கவுண்டர்ல பணத்தக்கட்டுங்க" என்று ஒரு பச்சை நிற, செவ்வக வடிவத்தாளை என்னிடம் நீட்டினார்.

"சார் ரெண்டு டிடி எடுக்கணும்" என்றேன் அதே பணிவுடன்.

"முன்னாடியே சொல்றதுக்கு என்ன? வாய்ல என்ன வச்சிருந்த?" என்றார் கடுப்பாக. ஏதோ அனிச்சையாக செய்வதுபோல் அவ்வளவு மெத்தனமாக இருந்தது அவரது செயல்.

வங்கியில் எல்லோரின் கண்களும் எங்களைப் பார்ப்பதாக மட்டுமே எனக்குத் தோன்றியது. செல்லானை என்னிடம் கொடுத்துவிட்டு "ஃபில் பண்ணு மச்சி" என்று தனக்கும் அதற்கும் சம்பந்தமே இல்லாததுபோல் நின்றுகொண்டான் பிரசன்னா. ஓ இதுதான் செல்லானா என்று மனதுக்குள் நினைத்துக்கொண்டேன்.

"ஏன் நீங்க ஃபில் பண்ண மாட்டீங்களா?" என்று நான் கேட்ட கேள்விக்கு, "மச்சி நீதான வொக்கேஷனல் குரூப்பு, நான் சயின்ஸ் மச்சி, நீ தான்டா இதெல்லாம் ஃபில் பண்ணனும், நான் ஏதாவது தப்பு பண்ணி, திரும்பவும் புதுசா இன்னொரு செல்லான் வாங்கி மறுபடியும் ஃபில் பண்றதுக்கு நீயே இதெல்லாம் பண்ணிடலாம்ல" என்றான்.

இவனிடம் இந்தக் கேள்வியைக் கேக்காமலேயே இருந்திருக்கலாம் என்ற மனநிலையில் செல்லானை வாசித்து, 21.04.2000 என்று தேதியை எழுதிவிட்டு, அதிலிருக்கும் சில அடிப்படைத் தகவல்களை மட்டும் எழுதிவிட்டேன். சில கட்டங்களில் என்ன எழுத வேண்டும் என்பது சுத்தமாக எனக்குத் தெரியவில்லை. யாரிடம் உதவி கேட்பது என்று இருவரும் யோசித்துக் கொண்டிருந்தோம். திரும்பவும் அந்த உதவியாளரிடம் கேட்கலாம் என்றால் அவர் செல்லானை கொடுக்கும்போது பார்த்த பார்வையே இனி என்னிடம் எதற்கும் வராதே என்பதாய்தான் இருந்தது. சரி வருவது வரட்டும்

என்று நானே அந்த செல்லான் முழுவதும் உள்ள கட்டங்களில் தேவையான தகவல்களைப் பதிவு செய்துவிடலாம் என்ற முடிவோடு எழுதியும் முடித்துவிட்டேன்.

"மச்சி என்னடா, செல்லான்ல தமிழே இல்ல" என்றான் .

"அதுக்கு என்ன இப்போ"

இல்ல மச்சி, இங்கிலிஷ், ஹிந்தி இங்க வர்ற எல்லாருக்கும் தெரியும்னு சொல்ல முடியாதே. சில சமயம் படிப்பு வாசனையே இல்லாதவங்க, இல்ல தமிழ் மட்டும் தெரிஞ்சவங்க இங்க வந்தா, இதெல்லாம் எப்பிடி ஃபில் பண்ணுவாங்க?" என்றான்.

அதுக்குத்தான் அங்க நம்ம "May I Help You? இருக்காருல?" என்றேன்.

நீவேற, அந்தாளு எதுக்கு இங்க உட்காந்து இருக்காருன்னே பாதி பேருக்குத் தெரியாது, அது மட்டுமில்லாம, நாம போய் கேட்டதுக்கே, கடிச்சுத் திங்க பாத்தான். அவன் கிட்டே போய் குடுத்தா, அவன் சரியா ஃபில் பண்றானா? இல்ல தப்பா ஃபில் பண்றானான்னு யாருக்குத் தெரியும்?" என்றான்.

'இப்ப என்னதான்டா சொல்ல வர்ற?"

"டேய், அந்தந்த மாநிலத்தில பேசக்கூடிய மொழியிலேயே இங்க இருக்குற ஃபார்ம்ஸ் இருந்துச்சுன்னா இங்க இருக்கிறவங்க எல்லாருக்கும் இது எவ்ளோ உதவியா இருக்கும், அடிசனலா வேற மொழி ஹிந்தியோ, இங்கிலிஷோ இருந்துட்டுப் போகட்டும். இதக்கூடவா யோசிக்க மாட்டாங்க?" என்று கூறிவிட்டி தலையில் அடித்துக்கொண்டான்.

மச்சி நடக்குறத பேசுடா. இதெல்லாம் யோசிச்சா அவைங்க நல்ல அரசியல்வாதியா மாறிட மாட்டாய்ங்களா?" என்றேன்.

"அதுவும் சரிதான் வா, நம்ம வேலைய பாப்போம்" இது அவன்.

"டி.டி.?" என்ற வார்த்தையைக் கூறி கேஸ் கவுண்டரில் இரண்டு செல்லான்களையும் கொடுத்தாயிற்று, நேர்முகத்தேர்வுக்கு அதிகாரிகள் முன்னால் அமர்ந்திருக்கும் நபரைப்போல் அடுத்து என்ன நடக்குமோ என்ற எண்ணத்தில் கேசியரையே பார்த்துக்கொண்டிருந்தேன். அவர் என்னையும் , செல்லானையும் மாறி மாறிப் பார்த்தவர், "போய் அசிஸ்டன்ட் மேனேஜரைப் பாருங்க" என்று அருகில் இருக்கும் நபரிடம் அனுப்பி வைத்தார்.

அவரும் அதேபோல் செல்லானையும் என்னையும் மாறி மாறிப் பார்த்தவர், "மதன்குமார் யாரு?" என்றார்.

"நான் தான் சார்" என்றேன்.

"பிரசன்னா", நான் தான் சார் என்றான் அவன்.

"என்ன பண்ற?" என்றார் என்னைப் பார்த்து.

அவர் ஒருமையில் கேட்ட கேள்வி என்னை ஏதோ செய்தது.

"சார்?" என்றேன் புரியாத கோணத்தில்

"எதுக்கு டி.டி. எடுக்குற?" என்றார்

"அண்ணாமலை யுனிவர்சிட்டிக்கு எக்ஸாம் ஃபீஸ் கட்டறதுக்கு சார்" என்றேன்.

"நீ அண்ணாமலை யுனிவர்சிட்டிக்கு எடுக்கணுமா? இல்ல அண்ணாமலை யுனிவர்சிட்டி உனக்கு டி.டி. எடுக்கணுமா?"

எனக்கு ஒன்றும் புரியவில்லை. அவர் கேட்ட விதமும் அவர் என்மீது வைத்திருந்த அந்தப் பார்வையும் என்னை அருவருப்புக்குள்ளாக்கியது.

"நான்தான் சார் அண்ணாமலை யுனிவர்சிட்டிக்கு டி.டி. எடுக்கணும்" என்றேன்.

படிச்சிருக்கல, அறிவு வேணாம், ஒரு டி.டி எப்பிடி ஃபில் பண்றதுன்னு தெரியலையே நீயெல்லாம் என்ன சாதிக்கிறதுக்கு படிக்கிற?" என்றார்.

தனக்கும் இதற்கும் சம்பந்தம் இல்லாதது போல் தனியாக நின்றிருந்தான் பிரசன்னா. இவர் கேள்வி கேட்க கேட்க எனக்கும் அவனுக்கும் உள்ள தொலைவு கூடிக்கொண்டே இருந்ததை என்னால் உணர முடிந்தது.

என் அப்பா அடிக்கடி என்னைப் பார்த்து கேட்கும் கேள்வியாய் இருந்தது. தலையை வழக்கம்போல் கீழே தாழ்த்திக்கொண்டேன்.

"பிளஸ் டூ படிச்சுட்டுதான் டிகிரி படிக்கிறியா, இல்ல எட்டாவது முடுச்சுட்டு ஏதோ பேருக்கு பின்னால போடணும்றதுக்காக படிக்கிறியா?" என்றார்.

"பிளஸ் டூ படிச்சுட்டுத்தான் டிகிரி படிக்கிறேன்" என்றேன்.

"நீயெல்லம் படிச்சு என்ன புடுங்கப்போறியோ" என்று முனுமுனுத்தார்.

நல்ல வேளை இவர் நான் பார்க்கும் வேலையைப் பற்றி கேட்கவில்லை. நான் ஒரு பள்ளி ஆசிரியன் என்று இவருக்குத் தெரிந்தால் என்னை கை நீட்டி அடிக்கவும் தயங்கமாட்டார், இன்னும் மனதிற்குத் தோன்றும் கெட்ட வார்த்தைகளிலும் திட்டத் தயங்கமாட்டார், என நினைத்துக்கொண்டேன்.

செல்லானை என்னை நோக்கி நீட்டியவர், "இங்கப் பாரு. இந்தக் காலம்ல உன் பேரு போட்டுருக்கல அங்க யுனிவர்சிட்டி அட்ரசும், யுனிவர்சிட்டி அட்ரஸ் எழுதிருக்கல, அங்க உன் டீட்டெல்ஸும் போடணும், புரியுதா? என்றார்.

அப்போதுதான் நான் செய்திருக்கும் தவறு எனக்குப் புரிந்தது. "இன் தி ஃபேவர் ஆஃப்" என்ற காலமில் நான் என் பெயரையும் மற்ற விவரங்களையும் எழுதியிருந்தேன், ஆனால் அங்கு அண்ணாமலை யுனிவர்சிட்டியின் எக்ஸாம் கண்ட்ரோலர் அட்ரஸ் எழுத வேண்டும். இரண்டு விவரங்கள் மாறிப்போனதால் நான் யுனிவர்சிட்டிக்கு டி.டி. எடுப்பதற்கு பதிலாக , யுனிவர்சிட்டி எனக்கு டி.டி. எடுக்கும் பரிதாபநிலைக்கு ஆளானது.

விவரங்களை மாற்றி புதிய செல்லானில் பதிவு செய்தாகிவிட்டது. மொத்த வங்கியும் இன்று இப்படி இரு முட்டாள்களைச் சந்தித்திருக்காது, என்றான் பிரசன்னா.

"விடு மச்சி இதுவும் ஒரு பாடம் தான் இனி இதுல தப்பு விடமாட்டோம்ல" என்று நான் சொன்ன வார்த்தையில் பிரசன்னா சமாதானம் ஆனானோ இல்லையோ நான் என்னைச் சமாதானம் செய்துகொண்டேன்.

கேஸ் கவுண்டரில் பணம் கட்டியாகிவிட்டது. பச்சைக் கலர் செல்லானில் ஒரு பகுதியை கேஸியர் எடுத்துக்கொண்டு மீதம் ஒரு பகுதியைக் கிழித்து எங்களிடம் கொடுத்தார்.

"அவ்வளவுதானா சார்?" என்றேன்.

"அவ்வளவுதான் நீங்க போகலாம்" என்றார்

நாங்கள் இருவரும் வந்த வேலை முடிந்தது என்ற திருப்தியோடு வங்கியை விட்டு வெளியே வந்தோம். அப்போது அந்த அசிஸ்டண்ட் மேனேஜரை நான் நேருக்கு நேர் பார்ப்பதைத் தவிர்த்தேன். ஆனால் அவரின் பார்வை என்னைக் கேவலமாகத் துளைத்து எடுத்தது. வெளியில் சொல்ல முடியாத ஏதோ ஒரு உணர்வு மனதைப்போட்டுப் பிசைந்தது. தலையைத் தாழ்த்திக்கொண்டே அங்கிருந்து நகர்ந்தேன்.

‘இவ்வளவுதானா மச்சி, நாம எதுவும் மிஸ் பண்ணிடலயா?” என்றான் பிரசன்னா

“நான் தான் கேட்டேனே மச்சி, கேசியர் தான் போகலாம்னு சொல்லிட்டாரே" என்றேன்.

என்னைச் சந்தேகமாகப் பார்த்து “இதச் செல்லான்னு சொன்னாங்கள, நாம டி.டி. தான எடுக்கணும்” என்றான்

“ஆமா மச்சி, ஆனா பணம் கட்டிட்டோம்ல, இப்ப நம்ம கைல இருக்குற இந்த சிலிப்தான் டி.டி. போல” என்றேன். இருவருக்கும் மீண்டும் வங்கிக்குள் சென்று அங்கிருப்பவர்களிடம் சந்தேகம் கேட்கும் திராணி இல்லை. இப்போது பிரசன்னா சமாதானம் ஆனான்.

“அடுத்து என்ன மச்சி” என்றவனிடம், “நேரா போஸ்ட் ஆஃபீஸ் போறோம் இத யுனிவர்சிட்டிக்கு ரிஜிஸ்டர் போஸ்ட் அனுப்பி வச்சுட்டு வீட்டுக்குப் போவோம்” என்று கூறினேன்.

தபால் நிலையத்தில், ஆபீஸ் கவர் வாங்கி, நாங்கள் கொண்டு வந்திருந்த பச்சை நிறக் காகிதத்தை (அதாவது டி.டி. எடுத்த செல்லானில் பாதி, கேசியரிடமிருந்து பெற்றது) உள்ளே வைத்து , ரிஜிஸ்டர் தபாலில் அண்ணாமலை யுனிவர்சிட்டிக்கு அனுப்பி வைத்துவிட்டுச் சாவகாசமாக நடந்தோம்.

ஏதோ பெரிதாகச் சாதித்த திருப்தி இருவர் மனதிலும் இருந்தது. அரட்டை அடித்துக்கொண்டே அங்கே, இங்கே என்று சுற்றிவிட்டு, மதிய உணவிற்கு அவரவர் வீட்டிற்குப் பிரிந்து சென்றோம்.

வீட்டிற்குள் நுழைந்தவுடன், ஏதோ ஒருவித பேரமைதி வீட்டைச்சுற்றி படர்ந்திருப்பதை உணர்ந்தேன். டைனிங் டேபிலில் அமர்ந்து அப்பா சாப்பிட்டுக்கொண்டிருந்தார்.

“என்னடா, டி.டி. எடுத்திட்டியா?” என்றார்.

“எடுத்துட்டேன்ங்பா...”

“ம், எங்க காட்டு பாப்போம்” என்றார்.

“ரிஜிஸ்டர் போஸ்ட்ல அனுப்பி வச்சுட்டேங்ப்பா” என்றேன்.

“பரவால்லையே, அப்படினா டி.டி. எடுத்ததுக்கு பேங்க்ல ரசீது (செல்லானின் ஒரு பகுதி) குடுப்பாங்கல அதக் காட்டு” என்றார்.

எனக்குத் தலை சுற்றியது. ‘அப்ப நான் எடுத்தது டி.டி. இல்லையா?’ என்ற நினைப்புடன்,

சிறிது தைரியத்தை வரவழைத்துக் கொண்டு "எந்த இரசீதுங்பா..?" என்றேன்.

"ம், நீ அதி புத்திசாலித்தனமா அண்ணாமலை யுனிவர்சிட்டிக்கு ரிஜிஸ்டர் போஸ்ட்ல அனுப்பி வச்சையே அந்த இரசீது" என்றார்.

அந்த வார்த்தைகளைக் கேட்டதும் எனக்கு மயக்கமே வந்துவிடும் போல் இருந்தது. அப்போ நான் அனுப்பி வச்சது டி.டி. இல்லையா? மிகவும் குழம்பிப் போயிருந்தேன். அப்பாவுக்கு என்ன பதில் சொல்வதென்று தெரியாமல் பேந்த பேந்த முழித்துக்கொண்டிருந்தேன்.

"அடியே! இந்த ஊருலயே அதிபுத்திசாலி நமக்கு பொறந்ததாத்தான் இருக்கும். இன்னொன்னு இவனோட ஃபிரண்டு, ரெண்டும் சேர்ந்தா எந்த வேலையும் வெலங்காதுனு சொன்னேன்ல, கேட்டியா?, இப்பப்பாரு, இவனுங்கனால பேங்க்ல நான் அசிங்கப்பட்டு கூனிக்குறுகிப்போயி நின்னேன். நல்ல வேளை நான் இன்னக்கி பேங்க்கு போனேன், இல்லனா இவனுக்குக் குடுத்தனுப்பின காசு 2500 ஓவா கோவிந்தாதான். இந்தா இதுக்குப் பேருதான் டி.டி" என்று ஒரு பச்சையும், இளஞ்சிவப்பு நிறமும் கலந்த செவ்வக வடிவத் தாளை என்னிடம் நீட்டினார்.

உண்மையைச் சொல்ல வேண்டுமென்றால் இப்போதுதான் நான் முதன்முறையாக டி.டி. யை பார்க்கிறேன். இது தான் டி.டி. யா. அப்ப நாம் அனுப்பி வச்சது செல்லானா? என்ற நினைப்பு வந்தவுடன், என் உடலில் ஏற்பட்ட குற்றவுணர்ச்சியை அடக்க முடியவில்லை. நானும் கூனிக்குறுகிப்போனேன்.

"இன்னக்கி உள்ள போனதும், இவனுங்க ரெண்டு பேரோட பேரையும் கூவிக்கூவி வித்துட்டு இருந்தாங்க, நான் சும்மா இருக்க மாட்டாம , அசிஸ்டண்ட் மேனேஜர் கிட்ட போய் என்ன சார் என் பசங்க பேர கூப்டுட்டு இருக்கீங்கனு சொன்னதும் அவன் சிரிச்சாம்பாரு ஒரு சிரிப்பு, அங்கயே தொங்கிடலாம் போல இருந்துச்சு, "நேத்து வரைக்கும் எனக்கு அந்த பேங்க்ல ஒரு மரியாதை இருந்துச்சு, இனி இருக்காது" என்ற என் அப்பாவின் வார்த்தைகள் என் கண்களை ஈரமாக்கியது.

'இவனுங்க டி.டி. எடுத்தது சாதனை இல்ல. அந்தச் செல்லான டிடினு நெனச்சு ரிஜிஸ்டர் போஸ்ட்ல யுனிவர்சிட்டிக்கு அனுப்பி வச்சாய்ங்க பாரு, அதுதான் சாதனை. நெனச்சுப்

பாரு அந்த ரிஜிஸ்டர் போஸ்ட் யுனிவர்சிட்டிக்கு போயி அங்க இருக்குறவனுங்க அதத் தெறந்து பாத்து, டிடிக்கு பதில் செல்லான அனுப்பி வச்சுருக்காய்ங்கன்னு தெரிஞ்சு இவனுங்கள நெனச்சு சிரிப்பானுங்க பாரு ஒரு சிரிப்பு, அந்த நிமிசம்தான் இவன 12 வருசம் படிக்க வச்சதுக்கு இவன் எனக்கு செஞ்ச கைமாறு. 'ஈன்ற பொழுதின் பெரிதுவக்கும் தன் மகனைச் சான்றோன் எனக்கேட்ட தாய்' என்ற குறளுக்கு அர்த்தமே அப்பதான் கிடைக்கும்" என்றார்.

"அவனமட்டும் எதுக்கு குத்தம் சொல்றீங்க?, ஏன் நீங்க எத்தன தடவ பேங்க்கு போயிருக்கீங்க, ஒரு தடவையாவது அவன கூட்டிட்டுப் போயி சொல்லிக்குடுத்திருக்கணும், இல்ல அவன் பள்ளிக்கூடத்து வாத்தியாருங்களாவது சொல்லிக் குடுத்திருக்கணும், எதுவும் இல்லாம, இப்பத்தான் மொதமொதலா போயி எடுத்தா, தப்பு நடக்காம என்ன பண்ணும்?, என்ற அம்மாவின் வார்த்தைகளில் இருக்கும் உண்மை அப்பாவிற்கு புரிந்திருக்குமா? எனத் தெரியவில்லை.

"நீதான்டி இவன் உருப்படாம போனதுக்கு காரணம்" என்று அப்பா கடிந்தார்

"டேய் அறிவாளி, நீ கைல வச்சுருக்குறதுதான் டி.டி., நீ அனுப்பி வச்சது செல்லான்... புரியுதா?" என்ற என் அப்பா, சோற்றுக்கையில் அவர் நெத்தியில் அடித்துக்கொண்டார். அதோடு நில்லாமல், "உன்னப் பெத்ததுக்கு நான் சும்மாவே இருந்திருக்கலாம்" என்று அவர் உச்சரித்த வார்த்தை என் அம்மாவின் கண்களை ஈரமாக்கியது மட்டுமல்லாமல் அங்கிருக்கும் எவரையும் நிமிர்ந்து பார்க்கும் தைரியத்தை என்னிடமிருந்து பறித்துக்கொண்டது.

"போ, போயி இத ரிஜிஸ்டர் போஸ்ட்ல அனுப்பி வை. கரெக்டா யுனிவர்சிட்டிக்கு அனுப்பி வை, வேற எங்கயாவது அனுப்பி வச்சுட்டு மறுபடியும் என்கிட்ட வந்து நிக்காத, போ இந்த வேலையாவது ஒழுங்கா முடி", என்று அந்த இரண்டு டி.டி.களையும் என்னிடம் நீட்டினார். இந்த விசயம் பிரசன்னாவின் குடும்பத்தார்களுக்குத் தெரியக்கூடாது என்ற நினைப்பு மட்டுமே மனதில் ஓடிக்கொண்டிருந்தது. கையில் டி.டி.யுடன் அவன் வீட்டை நோக்கி நடந்தேன்.

* * *

3

மிச்சக்காசு

“நான் அப்பவே சொன்னேன்ல, சுரேஷ நம்ம பக்கம் எடு... அவன் நல்லா விளையாடுவான்னு. நீதான் கேக்காம, பாத்துக்கலாம்னு நடேசன எடுத்த. இப்பப் பாரு நாம தோத்துட்டோம். இப்ப எவ்ளோ தூரம் அடிக்கப் போறாய்ங்களோ, எப்பிடிப் பாடி முடிக்கப் போறோமோனு தெரியல” என்றான் வினோத்.

“ஆமா, அவன் கீந்தி விடும்போதே ‘கிட்டிய’ பிடிச்சிருந்தனா, நாமதான் ஜேச்சுருப்போம். அப்ப விட்டுட்டு, இப்ப வந்து பேசுற, உன்னால முடியிற அளவுக்கு மூச்சு விடாம இழுத்துப் பாடு, அப்றம் கடைசியா நான் பாடிக்கிறேன். நடேசா முதல்ல நீ பாடு, அப்புறம் வினோத் பாடட்டும்” என்றான் குணா.

கிட்டி விளையாட்டு மட்டுமல்ல, குண்டு, ஃபுல் ரவுண்டு, என்று எந்த விளையாட்டாக இருந்தாலும் சுரேஷ் ஒரு கை பார்த்துவிடுவான். தம்பி நடேசனோ கொஞ்சம் சுமார்தான். படிப்பில் இவர்கள் இருவரும் நேர் எதிர்.

“டேய் இந்தத் தடவ நான் முன்னாடி நிக்கிறேன், நான் கேட்ச் பிடிக்கிறேன்” என்று நடேசன் முன்னால் வந்து நிற்கவும், சுரேஷ் கிட்டியை ஓங்கி அடிக்கவும் சரியாக இருந்தது.

“டேய் கேட்ச் பிடிடா, நடேசா, உன்கிட்டதான் வருது...”

“ஐயோ, அம்மா” – சுரேஷ் அடித்தக் கிட்டி நடேசின் நெற்றிப்பொட்டில் பட, கீழே விழுந்தான்

“ஐயையோ! டேய், அப்பாகிட்ட சொல்லிடாதடா! என்ன கொண்ணே போட்ருவாரு” என்று கெஞ்சினான்.

அருகில் இருந்த அனைவரும் அவனை வீட்டில் சேர்க்க, ஒரு பக்கம் இரத்தம் வழிவதோடு வந்த தன் மகனை அருகில் உள்ள தனியார் மருத்துவமனைக்கு அழைத்துச் சென்றார் முருகேசன்.

“டேய் சுரேசு உங்க அப்பா இப்போ ஒன்னும் கேக்கல, தப்பிச்ச, நாங்க கௌம்புறோம்” என்று அவர்கள் நடையை கட்ட, உண்மை தன் தந்தைக்குத் தெரிந்தால் என்ன ஆகும் என்ற நினைப்பில் வீட்டிலேயே இருந்துவிட்டான்.

அடுத்த ஒரு மணி நேரத்தில் அப்பாவும், தம்பியும் வீட்டில் நுழைய, சுரேஷுக்கு இதயத்துடிப்பு எகிறியது. தம்பி நடந்த உண்மையை உடைத்திருப்பானோ?, தற்செயலாக நடந்திருந்தாலும் அடுத்த நொடி என்ன நடக்கும் என்ற பயத்தில் நடுங்கிப் போயிருந்தான்.

“டேய் சுரேசு ! இங்க வா” என்ற அப்பாவின் குரல் கேட்க மொத்த ஜீவனும் காற்றில் கரைவதை உணர முடிந்தது.

“அப்பா”

“இந்தா போயி இந்த மருந்த வாங்கி வா. பஜாருக்குப் போயி சிவா மெடிக்கல்ல வாங்கிட்டு வா” என்றார் முருகேசன்.

அப்பாடா! கொஞ்ச நேரம் இவர் மூஞ்சில படாம வெளிய போயி வரலாம் என்று கொஞ்சம் ஆசுவாசமானான்.

“என்னடா, உங்கப்பன் நல்லா இருக்கானா?” என்றார் மெடிக்கல் ஓனர்.

“நல்லா இருக்காருண்ணே.”

“எத்தனாவது படிக்கிற?”

“ஏழாப்புண்ணே.”

“இந்தா... பாத்துப்போ” என்றார்.

மாத்திரை கவரின் பின் பக்கம் திருப்பிப் பார்த்த சுரேஷுக்கு ஒரே குஷி.

மாத்திரையின் மதிப்பை (ரூபாய்) கவரின் பின் பக்கம் எழுதிக் கொடுத்திருந்தார். மொத்தத் தொகை ரூபாய் 69 எனத் தெரிந்தது. கையில் 33 ரூபாய் இருக்க, கடையில் இருந்து வேக வேகமாக நடையைக் கட்டினான்.

அய்யோ! ரெண்டு ரூவா அதிகமா இருக்கு. அப்பாகிட்ட குடுத்தோமுன்னா, ஏன்டா ரெண்டு ரூபாய கடைலயே திருப்பித் தரலன்னு திட்டுதான் கெடைக்கும். பேசாம நம்மலே வாங்கித்

தின்னுட்டு ஒரு ரூவாய அப்பா கைல குடுத்தா ஒன்னும் பிரச்சனை வராது. அப்படியே செய்யலாம் என்று மனதுக்குள் கணக்கிட்டவாறே அருகில் இருந்த ஒரு பெட்டிகடைக்குச் சென்று இரண்டு ரூபாய்க்கு மனதிற்குப் பிடித்ததை வாங்கித் தின்றான்.

தனக்குக் கிடைத்த இரையை வேறு கோழிகளுக்குத் தராமல் தூக்கிக்கொண்டு ஓடும் சேவலின் வேகம் அவன் நடையில் இருந்தது. இதற்கு முன் அவனுக்கு இருந்த பயமும், தன்னால் வீட்டில் ஏற்பட்ட கடினமான சூழ்நிலையும் இந்த இரண்டு ருபாயின் வருகையால் காணாமல் போனது. தாவிக் குதித்துக் கொண்டே, மிகவும் உற்சாகமாகவும், சந்தோசமாகவும் வீட்டை நோக்கி நடந்தான்.

“அப்பா” என்று கையில் இருந்த மாத்திரைக் கவரையும், மீதம் இருந்த 31 ரூபாயையும் முருகேசனிடம் நீட்டினான் சுரேஷ்.

“பாக்கி ரெண்டு ருபா? "என்றார் முருகேசன்.

“என்னப்பா?”

“இன்னும் ரெண்டு ரூபா தாடா. 100 ரூவால 67 ரூவா போச்சுன்னா மீதி 33 ரூவா தான” என்றார்.

“ஐயையோ ! அப்பா ! அது 67 இல்ல 69 நல்லா பாருங்க” என்ற சுரேஷின் குரலில் வேகமும், ஒருவித படபடப்பும் இருந்தது.

“டேய் ! வெலக்கெண்ண, இங்க வா?, இது 67 தான். உன் மரமண்டைக்கு ஏழுக்கும், ஒம்போதுக்கும் வித்தியாசம் தெரியலையா?” என்று எரிச்சலாக சொன்னார் முருகேசன்.

உடல் நடுக்கம் எடுத்தது, இதயத்துடிப்பு எகிறியது, மெதுவாக முருகேசனின் அருகில் சென்று மாத்திரைக் கவரை வாங்கிப் பார்த்தான். அப்போதும் அது ஒன்பதாகவே அவனுக்குப்பட்டது. தலையை நிமிர்த்தி முருகேசனைப் பார்த்தான்.

“என்னடா முழிக்கிற..?”

“இல்லப்பா இது ஒன்பதுதான...” என்றான் வார்த்தைகளை மென்று விழுங்கி.

“எது ஒன்பது?, டேய் லூசு! மொத்தத்தையும் கூட்டிப்பாரு 67வரும். உன்னலாம் படிக்கவைக்கிறேன் பாரு என்ன சொல்லனும்”. யாருடா உனக்கு கணக்கு வாத்தியாரு? நாளைக்கு ஸ்கூல்ல வந்து பாத்துக்கிறேன் உன்ன... எடு ரெண்டு ரூபாய!”

முருகேசன் பேசிய வார்த்தைகள் எதுவும் சுரேஷின் காதில் விழவில்லை. இப்போது அவன் கூட்டிப்பார்த்தான், மொத்தம் 67 வந்தது. இது ஏன் எனக்கு அப்பவே தோணல. ச்சே... அங்கேயே கூட்டிப் பாத்திருந்தா நல்லா இருந்திருக்குமே... இப்ப என்ன நடக்கப் போகுதோ?" என்று மனதிற்குள் நினைக்கும்போதே நடுக்கம் அதிகமானது.

வெலங்காதவன் ஏழ, ஒன்பது மாதிரி போட்டு, என்ன இந்த நெலமைக்குக் கொண்டு வந்துட்டானே. உண்மைய சொல்லிடலாமா? அடிச்சே கொண்ணுடுவாரே. மனதிற்குள் பல எண்ணங்கள் ஓடியது. இந்தச் சூழ்நிலையைச் சந்திக்க உடலிலும், மனதிலும் சக்தியில்லை. பல விஷயங்களில் வாங்கிக் கட்டிக்கொண்ட ஞாபகங்கள் ஒன்றன்பின் ஒன்றாக வந்து இன்னும் இறுக்கத்தைக் கொடுக்க, பிடரியில் ஒரு அடி விழுந்தது.

"கேட்டுட்டே இருக்கேன், என்னடா பேசாம இருக்க? எங்கடா ரெண்டு ரூவா?" என்ற முருகேசனின் முகத்தில் வெறுப்பும், கோபமும் பொங்கி வழிந்தது.

"காணாமப் போச்சுப்பா..." என்றான்.

"என்ன? எப்பிடிடா? நான் கேட்டதும் காணாமப் போயிடுச்சா? இத நீ என்கிட்ட பாக்கி காசு குடுக்கும்போதே சொல்லிருக்கணும்ல. இப்ப சொல்ற. ஒரு வேலைய உன்னால உருப்படியா செய்ய முடியாதுல. உன்ன நம்பி எந்த வேல குடுத்தாலும் இப்பிடித்தான் ஏதாவது கோக்குமாக்கு பண்ணிட்டு வந்து நிப்ப. உண்மையச் சொல்லு. எங்க ரெண்டு ரூவா? என்ன பண்ணின? உண்மையச் சொல்லு உன்ன விட்டுடுறேன்."

"உண்மையிலேயே காணாம போய்டுச்சுப்பா" என்ற சுரேஷின் கண்களில் இருந்து கண்ணீர் துளிகள் எப்போது வேண்டுமானாலும் குதித்து தற்கொலை செய்துகொள்ளும் நிலையில் இருந்தது.

"டேய்! உண்மையச் சொல்லு உன்ன ஒன்னும் பண்ண மாட்டேன். பொய் சொன்ன தொலச்சுக் கட்டிடுவேன், மவனே..."

"பொய் சொல்லலப்பா. உண்மையத்தான் சொல்றேன். பாக்கெட்லதான் போட்டேன். எப்பிடி காணாமப் போச்சுன்னே தெரியல" என்றான் கண்ணீர் மல்க.

“பாக்கெட் ஓட்டையா? இங்க வா பாப்போம்”

....

“அப்படி ஒன்னும் இல்லையே ! வாங்கி சாப்பிட்டுட்டியா?” என்ற முருகேசனின் பார்வை சுரேஷின் உடம்பில் நடுக்கத்தை ஏற்படுத்தியது.

ஆமான்னு சொல்லிடலாமா? சொன்னா, என்கிட்ட கேட்காம ஏன் இப்பிடி பண்ணுனனு அடிப்பாரே.. என்ன பண்றது. “இல்லப்பா வாங்கி சாப்டல. காணாம போய்டுச்சு” என்றான் சுரேஷ்.

“இவன மண்டைய ஓடச்சு படுக்க வச்சுட்ட. கொஞ்சம் எக்குத்தப்பா பட்டுருந்தா உயிரே போய்ருக்கும். அதுக்கே உன்ன நொறுக்கி எடுத்துருக்கணும். இப்ப காசு குடுத்து கடைக்கு அனுப்ச்சா, நீயா ஏதோ கத சொல்லிட்டு இருக்க. வாய்ல பேசுனா நீ கேக்க மாட்டனு எனக்குத் தெரியும். பெல்ட்ட எடுத்தாத்தான் உன் வாய்ல இருந்து உண்மை வரும் " என்று எழுந்து சென்றார்.

பெல்ட்டா! ஐயோ! உண்மைய சொன்னா அடி கிடைக்கும்னு பாத்தா, இப்பயும் அடி கெடைக்கும் போல இருக்கே. இந்தக் கணக்குல இடி விழ, எழவு எடுத்த கூட்டல் இப்பிடி ஒரு கஷ்டத்த குடுத்துடுச்சே ! என்ற புலம்பலின் நடுவில் முதுகில் சுளீர் என்று ஒரு வலி ஏற்ப்பட்டது.

“அம்மா !”

“அப்பா ! வலிக்குதுப்பா ! அடிக்காதீங்கப்பா !” என்று அழுதான்.

“உண்மைய சொல்லு விட்டுடுறேன்னு சொன்னேன்ல, வாங்கித் தின்னுட்டேன்னு ஒத்துக்கிறதுக்கு உனக்கு என்ன வந்துச்சு? வாயத் தெறந்தா பொய். ரெண்டு பேருக்கும் காசு குடுத்தா, நீ ஒருத்தனே வாங்கித் தின்னுடுறது. படிப்புல ஒரு மயிரயும் காணோம். ஆனா இப்பிடி வேலையெல்லாம் நல்லா நடக்குது. இதுக்கெல்லாம் மூளை வேலை செய்யுது” என்ற வார்த்தைகள் முருகேசனின் வாயிலிருந்து வரும்போதே, அடியும் சுரேஷுக்கு விழுந்து கொண்டுதான் இருந்தது.

இப்படிப்பட்ட தருணத்தில் குறுக்கே வந்து தடுக்கும் அம்மாவும் இப்போது வரவில்லை. ஆக, தம்பிக்கு அடி பட்டது அம்மாவின் மனதையும் இறுக்கி விட்டது. வேறு வழியில்லை

உணமையை ஒத்துக்கொள்ள வேண்டியதுதான் என்ற முடிவுக்கு வருவதற்குள் சிலபல அடிகளைத் தாங்கியிருந்தான்.

"ஆமாப்பா ! வாங்கி சாப்ட்டேன்பா!. 67 எனக்கு 69 மாதிரி தெரிஞ்சுச்சுப்பா. ஏழு கொஞ்சம் சுழிச்சு போட்டுருந்தாரு, நானும் அத ஒன்பதுனு நெனச்சுட்டு இப்பிடிப் பண்ணிட்டேன்பா" என்றான் அழுதுகொண்டே.

"ஏன்டா அறிவுகெட்டவனே, மேல கூட்டி பாத்துருந்தா தெரிஞ்சிருக்குமே, அந்த அறிவுகூடயா இல்ல உனக்கு. உன்னலா! அதான் உண்மைய சொல்லுடா விட்டுடுறேன்னு சொன்னேன்ல, அப்பயாவது சொல்லிருக்கலாம்ல, வீம்பா இல்ல, இல்லனு சாதிக்கிற!"

"அடிப்பீங்கன்ற பயத்துல தான்பா அப்படிச் சொன்னேன்" என்று அழுதுகொண்டே சொன்னான் சுரேஷ்.

"இப்ப மட்டும் உன்ன கொஞ்சவா செஞ்சேன். எப்பவும் பொய் சொல்லாத, சொல்லாதன்னு சொல்லிட்டே இருக்கேன்."

"இனி சொல்ல மாட்டேன்பா" என்ற சுரேஷின் வார்த்தை முருகேசனின் கோபத்தைக் கொஞ்சம் குறைத்தது.

"நீயும் ஒவ்வொரு தடவ அடி வாங்கும் போதெல்லாம் இப்பிடித்தான் சொல்ற. ஆனா திருந்த மாட்றியே. நான் கேக்குறப்பயே உண்மைய சொல்லிருந்தனா இந்த அடி விழுந்திருக்குமா? சரி என்ன வாங்கி சாப்ட? எங்க வாங்கி சாப்ட?" என்று கேட்டார் முருகேசன்.

"அண்ணா செல பக்கத்துல இருக்குற ஒரு பெட்டிக் கடைல, கல்லமிட்டாயும், தேங்காய் பர்பியும், வாங்கி சாப்ட்டேன்பா."

"சரி வா, போய் கேக்கலாம்" என்றார் முருகேசன்

வெளியில் வந்தவுடன், முருகேசன், சுரேஷின் தோளின் மீது கை போட்டு நடந்தார். சுரேஷுக்கு சற்று ஆறுதலாக இருந்தது. ஓர் ஓட்டலில் இருவரும் நுழைந்தனர். சுரேஷுக்கு எல்லாம் புரிந்தது. இது எப்போதும் நடப்பதுதான். அடி வாங்கியப் பிறகு முருகேசன் செய்யும் வேலை இது. இரண்டு ஆம்லெட் ஆர்டர் செய்யும் போதே உடலின் வலியெல்லாம் மறந்தது சுரேஷுக்கு.

"கடையக் காட்டு, நீ சொன்னது உண்மையா இல்லையானு கேப்போம். இதுவே முதலும் கடைசியுமா இருக்கட்டும். இனிமேல் பொய் சொல்லக் கூடாது. அதுக்குதான் கடைவரைக்கும் வந்து விசாரிக்கிறேன். புரியுதா?" என்றார்.

வேகவேகமாகத் தலையை ஆட்டினான். இது பொய்யல்ல. உண்மையிலேயே அந்தப் பெட்டிக்கடையில்தான் இரண்டு ரூபாயை செலவழித்திருந்ததனால். முருகேசனின் கையை இறுகப்பிடித்தபடி நடந்தான்.

“இந்தக் கடைதான் பா”.

“ஏண்ணே! இந்தப் பையன் கொஞ்ச நேரம் முன்னாடி இங்க வந்து ரெண்டு ரூபாய்க்கு வாங்கி சாப்டானாமே? உண்மையா என்று முருகேசன் கேட்டார்.

“இல்லையேப்பா. இப்பத்தான் இவன முதல்முதலா பாக்குறேன்” இது கடைக்காரர்.

மயக்கமே வந்துவிடும் போல இருந்தது சுரேஷிற்கு.

“அப்பா இவர் பொய் சொல்றாருப்பா, அண்ணே, இப்பத்தான கொஞ்ச நேரம் முன்னாடி ரெண்டு ரூவா குடுத்து கல்லமிட்டாயும், தேங்கா பார்பியும் வாங்கி சாப்டேன்” என்று அந்த தின்பண்டங்கள் அடைத்து வைத்திருக்கும் பாட்டிலையும் காட்டினான்.

“இல்லப்பா இவன் வரவே இல்ல. பொய் சொல்றான்” என்றார் கடைக்காரர் மறுபடியும்.

கண்ணீர் மல்க, உதடு துடிக்க, உடல் நடுங்க, முருகேசனையே பார்த்துக்கொண்டு நின்றான் சுரேஷ்.

“சரி வா வீட்டுக்கு போகலாம்” என்று சுரேஷின் தோளில் கை போட்டு நடந்தார் முருகேசன்.

“நான் உண்மையிலேயே இங்கதான்பா வாங்கி சாப்பிட்டேன். கடக்காரர் பொய் சொல்றார்பா” என்றான்.

“தெரியும் வா” என்ற முருகேசனின் குரல் சுரேஷை அமைதிப்படுத்தியது.

* * *

4

இரவல் ஃபோன் கால்

ஈரோடு பேருந்து நிலையத்தில் நின்றுகொண்டிருந்தேன். எனக்கான பேருந்து வருவதற்கு இன்னும் அரைமணி நேரத்திற்கு மேல் இருந்தது. பயணத்திற்கு என கிளம்பும்போது என்னுடன் எப்போதும் உடன் இருக்கும் சில புத்தகங்களில் ஒன்றை எடுத்து வாசித்துக் கொண்டிருந்தேன். பேருந்து நிலையத்திற்கே உரித்தான கூச்சல், குழப்பம் என் வாசிப்பை தடை செய்ய அதிக நேரம் எடுத்துக்கொள்ளவில்லை. புத்தகத்தை மூடி வைத்துவிட்டு சிறிது நேரம் வேடிக்கைப் பார்த்துக் கொண்டிருந்தேன்.

" நீ சரியான ஆம்பளையா இருந்தா இன்னக்கி ஸ்கூல் முடிஞ்சதும் பஸ் ஸ்டாண்டுக்கு வாடா" என்று என்னிடம் அடி வாங்கிய ஏதோ ஒரு மாணவன், பள்ளி மதிற்சுவற்றில் எழுதிய வார்த்தைகள் இவை. இங்கு வரும்போதெல்லாம் இந்த நினைப்பைத் தடுக்க முடியவில்லை. மனதிற்குள் சிரித்துக்கொண்டேன். மாணவப் பருவத்தில் நான் செய்த சேட்டைகள், ஆசிரியரிடம் அடிவாங்கிய ஞாபகங்கள் என் மனதிற்குள் பேருந்தைப் போல் இங்கும் அங்கும் அலைந்து கொண்டிருந்தது.

"சார்"

"சார்"

"சார்"

திடுக்கிட்டுத் திரும்பினேன். நான் பணிபுரியும் பள்ளியின் சீருடையில் ஒரு மாணவன் நின்றுகொண்டிருந்தான். சுமார்

ஏழாயிரம் மாணவர்கள் படிக்கும் உண்டு, உறைவிடத் தனியார் பள்ளி அது. என்னை அவர்களுக்கு அடையாளம் தெரியும், ஆனால் எனக்கு அவர்களை அடையாளம் தெரியாது. வந்து நின்ற மாணவன் கண்டிப்பாக பதினொன்று அல்லது பன்னிரெண்டாம் வகுப்பைச் சேர்ந்தவன் என்பது அவனது சீருடையின் வண்ணத்தில் இருந்து நான் தெரிந்து கொண்டேன். மீண்டும்" ஆம்பளையா இருந்தா..." என்ற அந்த வாக்கியம் என் மனதில் ஓடியது.

"என்னபபா" என்றேன்.

"சார் வீட்டுக்கு ஒரு ஃபோன் கால் பண்ணனும். உங்க ஃபோன குடுத்தீங்கனா ஒரு கால் பண்ணிட்டு குடுத்துடுவேன்" என்றான் அவன். இதுவே பள்ளி வளாகமாக இருந்திருந்தால் கண்டிப்பாக அவனும் என்னிடம் வந்து கேட்டிருக்கமாட்டான். நானும் அவனுக்கு எனது அலைப்பேசியைக் கொடுக்கமாட்டேன். இது அங்கு எழுதப்படாத விதி. இன்று தீபாவளி விடுமுறைக்கு ஊருக்குச் செல்கிறோம். ஏதேனும் பெற்றோரிடம் பேசவேண்டியது இருக்கும்.

"இங்கேயே நின்னு பேசு, ரொம்ப தூரம் போகாத".

"சரிங்க சார்".

அவனைக் கவனிக்காமல் நான் வேறு திசையைப் பார்த்துக்கொண்டிருந்தேன். இத்தகைய தனியார் பள்ளிகளில் பணிபுரியும் ஆசிரியர்கள் மட்டுமல்ல, மாணவர்களும் இயந்திரகதியாக மாறியிருப்பர். அவர்களின் மனநிலை ஒரு மனநோயாளிக்குச் சமமானதாக இருக்கும்.

ஒரு நாள் நடு இரவில் சிறுநீர் கழிப்பதற்காக என் விடுதி அறையிலிருந்து வெளியே வந்தேன். அப்போது ஒரு மாணவன் விடுதியின் கேட்டைப் பிடித்து ஆட்டிக்கொண்டே கத்திக்கொண்டிருந்தான். "கதவத் தெறங்க சார், ஸ்டடிக்கு நேரமாச்சு, லேட்டா போனா அடிவாங்கணும்" என்பதாய் இருந்தது அவனது கத்தல். நானும் அதிர்ச்சியுடன் எனது கைக்கடிகாரத்தைப் பார்த்தேன். மணி 1.35. அவன் கையில் புத்தகப்பைக்குப் பதிலாக தலையணை இருந்தது.

அவனருகில் சென்ற நான் அதிர்ச்சியடைந்தேன். தூக்கத்தில் நடந்து வந்திருப்பான் என நினைத்தேன். இல்லை. என்னைப் பார்த்ததும் வணக்கம் வைத்தான்.

"சார் ஸ்டடிக்கு நேரமாச்சு, இந்த வாட்சுமேன் கேட்ட பூட்டிட்டு போயிட்டாரு சார். ஏற்கனவே மணி 5 ஆகுது சார்." (அதிகாலை 4.30 மணிக்கு சிறப்பு வகுப்பு ஆரம்பமாகும்) என்று அழ ஆரம்பித்தான். நான் அவனுக்குப் புரியவைக்க மிகவும் சிரமப்பட்டேன். அவன் மனதில் இந்தத் தனியார் பள்ளியின் கல்வி அரசியல் ஏற்படுத்திய அழுத்தத்தை என்னால் உணர முடிந்தது. அவனுக்கு உண்மையைச் சொல்லி புரியவைத்து அவனறையில் விட்டுவிட்டு வந்தேன். அதன்பிறகு என் தூக்கத்தை அவன் எடுத்துக்கொண்டான்.

மீண்டும் "சார்" என்ற வார்த்தை என்னைச் சுயநினைவுக்கு அழைத்து வந்தது. அருகில் என் அலைப்பேசியை நீட்டியவாறு அந்த மாணவன் நின்றிருந்தான்.

"ரொம்ப நன்றி சார்."

"ம். எந்த ஊரு நீ?"

"கோயம்புத்தூர் சார்."

"ம்."

அவன் செல்வதையே பார்த்துக்கொண்டிருந்தேன். அவன் கோபமாக இருப்பதாய் எனக்குப் பட்டது.

சிறிது நேரத்தில் நான் செல்ல வேண்டியப் பேருந்து வந்ததும் ஏறிக்கொண்டேன். நான் தேனிக்குச் செல்ல வேண்டும். நீண்ட தூரப் பயணம், நினைத்தாலே கடுப்பாக இருந்தது. புத்தகம் என் பயணத்தில் சிறிது ஆறுதலைத் தரலாம். பேருந்தின் நடுப்பகுதியில், மூன்று பேர் அமரும் இடத்தில் ஒரு தம்பதியினரின் அருகில் சென்று அமர்ந்தேன். அது திண்டுக்கல் வரை செல்லும் பேருந்து. திண்டுக்கல்லிற்கு டிக்கட் எடுத்தேன். நீண்ட பயணம், சுமார் 6 மணி நேரம் ஆகும். உடனே புத்தகம் எடுத்துப் படிப்பதற்கு மனது வராமல் ஜன்னல் வழியே பார்வையைச் செலுத்தினேன்.

எனது அலைப்பேசி அழைக்க, எடுத்துப்பார்த்தேன், புதிய எண் என்பதால், யார் என்று கேட்டேன்.

"தே....யா மகனே... அ....ரி மகனே... கொம்மால, அவனே... இவனே" என்று இன்னும் காதில் கேட்க முடியாத மிகவும் அருவருப்பான கெட்ட வார்த்தைகள் மட்டுமே பேசினான் எதிர்முனையில்.

சிறிது நேரம் என்ன செய்வதென்றே தெரியாமல் அலைப்பேசியை காதில் வைத்துக்கொண்டு இருந்தேன். கோபம் தலைக்கேற நானும் பேருந்து என்பதை மறந்து சில வார்த்தைகள் பேசினேன். எல்லோரும் என்னை ஏதோ ஒன்று போல வெறித்துப் பார்த்தனர்.

"யாருடா நீ? உனக்கு என்னடா வேணும். என்னை ஏன்டா இப்பிடிப் பேசுற?" என்று அடுக்கடுக்காய் கேள்விகள் கேட்டேன்.

"டேய் தே...பயலே உன் தங்கச்சி, அக்கா எவளாவது அரிப்பெடுத்து இருந்தா ஃபோன் நம்பர் குடுடா தாயோளி. நான் பேசி அரிப்ப அடக்குறேன்" என்றது எதிர்முனை.

நான் தனியாக இருந்திருந்தால் இவனுக்குச் சமமாக வார்த்தைகள் பேசியிருப்பேன். ஆனால், பேருந்தில் என்னைச் சுற்றி ஒரு கூட்டம் இருந்துகொண்டு, பார்வைகளை என்மேல் மேயவிட்டுக்கொண்டு இருக்கிறது. இப்போது எதுவும் பேசமுடியாது என்பதால் ஃபோன் காலை கட் செய்துவிட்டு கண்களை மூடி அமர்ந்துகொண்டேன். நினைவுகள் என்னுள் ஓடிக்கொண்டே இருந்தது. ஒரு வேளை இதுவும் மாணவர்களின் செயலாக இருக்குமோ. இதுவரை விடுதியில் தெரியாமல் பயன்படுத்தியது, ஊருக்குச் செல்வதால் வெளியே வந்துள்ளது. எண்ணும் புதியதாக இருப்பதால் இது மாணவர்களின் செயலாகத்தான் இருக்க வேண்டுமென்ற முடிவுக்கு வந்தேன்.

மீண்டும் அதே எண்ணில் இருந்து அழைப்பு வந்தது. எடுத்தவுடன் மெதுவான குரலில் "டேய் நீ யாருன்னு நான் கண்டுபிடிச்சேன், மகனே உன்ன உருத்தெரியாம பண்ணிடுவேன்" என்றேன். எதிர்முனை சிரித்தது.

அந்தச் சிரிப்பு என்னை எரிச்சலின் உச்சத்திற்கு ஏற்றியது. "கோத்தா டேய், ஒரு அம்மாளுக்குப் பொறந்தவனா இருந்தா நீ யாருன்னு சொல்லுடா" என்றேன்.

இந்த வார்த்தைகள் எதிர்முனையை காயப்படுத்தியிருக்க வேண்டும். சிறிதுநேர அமைதிக்குப் பின், "நான் ஒரு அம்மாவுக்கு பொறந்ததுனாலதான்டா உன்ன மாதிரி பொம்பள பொறுக்கிய சரியா அடையாளம் கண்டுபிடிக்க முடிஞ்சது. எத்தன நாளா உன்ன தூக்கணும்னு துடிச்சுட்டு இருந்தேன். இன்னக்கித்தான் நீ மாட்டுன மவனே, உன்ன உன் ஊருல வச்சே தூக்குறேன்டா" என்றது.

எனக்கு ஒன்றும் புரியவில்லை. "யாரப்பாத்துடா பொம்பள பொறுக்கினு சொன்ன லூசுப்பயலே.. நீ மட்டும் என் ஊருக்கு வந்து என்ன தொட்டுப்பாருடா உசுரோட போறியானு பாப்போம்" என்றேன்.

எதிர்முனை சிரித்துக்கொண்டே "பாருடா போலீஸ்காரன் உசுரையே எடுப்பியா? "என்றது.

"என்ன போலீசா? "போலீஸ் என்ற வார்த்தை என் உள்ளே ஏதோ செய்தாலும், தைரியத்தை வரவழைத்துக்கொண்டு, "என்னடா பயத்துல போலீஸ், கீலீஸ்னு சொல்லிட்டு இருக்க, மவனே நீ நேர்ல மட்டும் வா, அப்பறம் இருக்கு உனக்கு," என்றேன்.

"பேசு மகனே பேசு, எல்லாம் கொஞ்ச நேரத்துக்குத்தான். குடும்பத்தோட உன்ன தூக்கி உள்ள வச்சு உன் பருப்ப எடுக்கல, நான் எஸ். ஐ. ராஜவேல் இல்ல" என்றது எதிர்முனை.

உள்மனது ஏதோ எச்சரிக்க, என் பேச்சும், தைரியமும் கொஞ்சம் தளர்வடைந்தது. "டேய் பொறுக்கி... உன் ஊரு தேனி தான? அப்பா பேரு... உன் அட்ரஸ்... சரியா? குடும்பத்தோட உள்ள போக ரெடியா இரு" என்ற வார்த்தை முடியும் முன்னே அழைப்பை அணைத்து வைத்தேன்.

மனது ஏதோ செய்ய, ஏதோ தவறு செய்துவிட்டதாய் உள்மனது எச்சரித்தது. கைகள் நடுங்க, கண்கள் கலங்க ஆரம்பித்தது. பேருந்தில் எல்லோரும் அமைதியாய்ப் பயணிக்க, நான் மட்டும் அமைதியில்லாமல் தவித்தேன். நடப்பது கனவா? நினைவா? என்ற சந்தேகம்கூட எனக்கிருந்தது. அழைத்தது உண்மையில் போலீஸ்தானா? அப்படி நான் என்ன குற்றம் செய்தேன்? ஒரு வேளை எதிர்முனை உண்மையில் எஸ்.ஐ.யாக இருந்தால்... என் கற்பனை கட்டுக்கடங்காமல் போனது. கையில் விலங்குடன் நான் சில காவலர்களால் இழுத்துச் செல்லும் காட்சி என் மனக்கண்ணில் ஓடியது. என் குடும்ப உறுப்பினர்கள் கண்ணீருடன் தடுக்க, ஊர் வேடிக்கை பார்க்க, என்னை அடித்து இழுத்துச் செல்லும் காட்சி என் கண்முன்னே விரிந்தது.

'காவல்துறை கைது செய்யும் அளவுக்கு நான் எந்தத் தவறும் செய்யவில்லையே' என்று புலம்ப ஆரம்பித்தேன். அருகில் இருந்தவர் என்னை அவ்வப்போது கவனிப்பதும், பின்பு ஜன்னல் வழியே வேடிக்கை பார்ப்பதுமாய் இருந்தார். இல்லை இது

கண்டிப்பாக எனக்கு வேண்டாத ஏதோ ஒரு மாணவன் செய்யும் விளையாட்டு என்று என்மனது என்னை ஆறுதல்படுத்த முயற்சித்துத் தோற்றது. என்ன செய்வது எனத் தெரியாமல் எனது அலைப்பேசியையே பார்த்துக் கொண்டிருந்தேன்.

இப்போது இன்னொரு அழைப்பு. இந்த முறை வாடிக்கையாளர் சேவை மையத்திலிருந்து. எப்போதும் இத்தகைய அழைப்பை நான் எடுப்பதில்லை. ஆனால் இப்போது என் அனுமதி இல்லாமலே என் கைவிரல்கள் அழைப்பை ஏற்றது.

"ஹலோ, வணக்கம், நீங்க கேசவன்தானே?"

"ஆமாம் சார்"

"சார் வணக்கம், நாங்க ஏர்டெல் வாடிக்கையாளர் சேவை மையத்திலிருந்து பேசுறோம், தயவு செஞ்சு கால கட் பண்ணாம முழுசா கேளுங்க."

"சரிங்க சார். என்ன ஆச்ச?"

"சார் பதட்டப்படாதீங்க, கொஞ்ச நேரத்துக்கு முன்னாடி உங்க நம்பர்ல ஒரு கம்பிளைன்ட் ரிஜிஸ்டர் ஆகியிருக்கு, கோயம்புத்தூர், காந்திபுரம் ஸ்டேஷன்ல இருந்து. எஸ்.ஐ ராஜவேல் இந்த கம்பிளைன்ட்ட ரிஜிஸ்டர் பண்ணிருக்காரு" என்றவுடன் என் பதற்றம் இன்னும் அதிகரித்தது. நடப்பது உண்மை என நம்ப மனது மறுத்தது.

"சார்..."

"சார், லைன்ல இருக்கீங்களா?"

"இருக்கேன் சார்" என்றேன். குரல்வளை நெரிபட்டது போல வார்த்தை வெளியே வர சிரமப்பட்டது. கண்ணீர் மட்டும் சிரமமின்றி வந்தது. என் வாழ்க்கை இன்றோடு முடிந்துவிட்டது என்ற முடிவுக்கு என்மனது வந்துவிட்டது. என்ன தவறு செய்தோம் என்று தெரியாமலே இவ்வளவு வேதனையை அனுபவிக்க வேண்டியது இருக்கிறதே என்று நினைக்கும்போது, அப்படியே ஓடும் பேருந்தில் இருந்து குதித்துவிடலாமா? என்றுகூடத் தோன்றியது.

'சார் நீங்க எங்க கோல்டன் கஸ்டமர், இது வரைக்கும் உங்க நம்பர்ல இதுமாதிரி கம்பிளைன்ட் எதுவும் ரிஜிஸ்டர் ஆகல, சோ, கண்டிப்பா எங்களால உங்களுக்கு உதவ முடியும். போலீஸ் கம்பிளைன்ட்ட நாங்க எடுத்துக்காம இருக்க முடியாது. இதுக்கு முன்னாடி வரைக்கும் உங்ககிட்ட பேசிட்டு இருந்தது

போலீஸ்தான். அவங்க சொல்லித்தான் உங்க நம்பர டிரேஸ் பண்ணிட்டு இருக்கோம். உங்க டீட்டெயில்ஸ் ஃபுல்லா அவங்க கிட்ட குடுத்துட்டோம். என்ன நடந்துச்சுனு எங்ககிட்ட சொன்னிங்கனா, நாங்க எங்க சைடுல இருந்து உங்களுக்கு உதவ முடியுமானு பாக்குறோம். எங்கள நீங்க முழுசா நம்பலாம்" என்றார். வழக்கம் போல் வாடிக்கையாளர் சேவைமைய அதிகாரியின் குரல் எந்தவித பதற்றமும் இன்றி இப்போதும் அதே கவர்ச்சியுடன் இருப்பது எனக்கு ஆச்சர்யத்தை அளித்தாலும், என்மேல் இருந்த மொத்த பதற்றத்தையும் குறைக்கும் ஒரேவழி அவரிடம்தான் இருக்கிறது என்று நினைத்தேன். இயந்திரகதியாக அவர்கள் இந்தப் பேச்சுக்குப் பழக்கப்பட்டுவிட்டனர் எனத் தோன்றியது.

"இன்னக்கி காலைல 9.17க்கு உங்க நம்பர்ல இருந்து, இந்த நம்பருக்கு ஃபோன் பண்ணி, கிட்டத்தட்ட 8.27 நிமிசம் பேசிருக்கீங்க. அந்த நம்பர், உங்களுக்கு கால் பண்ணின எஸ்.ஐ. ராஜவேல் சாரோட பொண்ணு நம்பர். நீங்க ரொம்ப தகாத, வார்த்தைகள் பேசினதா அவங்க உங்க மேல கம்பிளைன்ட் பண்ணிருக்காங்க. அதன் பேர்லதான் எங்க மூலமா, இப்போ உங்க நம்பர டிரேஸ் பண்ணிட்டு இருக்காங்க. உங்க அட்ரஸ், நீங்க எங்க போறீங்க? இப்ப எங்க இருக்கீங்கன்றது? முதல் அவங்களுக்கு நாங்க டிரேஸ் பண்ணிச் சொல்லிட்டோம். நீங்க இப்ப பண்ண வேண்டியது என்னன்னா, எந்தக் காரணம் கொண்டும் உங்க மொபைல் ஃபோன ஸ்விட்ச் ஆஃப் பண்ணிடாதீங்க, சிம்ம கழட்டிறாதீங்க, அது உங்கமேல இருக்குற சந்தேகத்தை இன்னும் உறுதிப்படுத்திடும். உங்க சைடுல நீங்க ஏதாவது சொல்லணும்னா சொல்லுங்க. நாங்க அவர்கிட்ட சொல்றோம். ஆனா உண்மைய மட்டும்தான் சொல்லணும்" என்றார்.

இப்போதுதான் எனக்கு எல்லாம் புரிய ஆரம்பித்தது. என்னிடம் அலைபேசியை வாங்கிப் பேசிய மாணவனின் முகம்கூட எனக்கு ஞாபகம் வரவில்லை. அவனால்தான் இப்போது நான் இவ்வளவு பெரிய பிரச்னையில் மாட்டிக்கொண்டிருக்கிறேன். என்னிடம் பேசிக்கொண்டிருக்கும் வாடிக்கையாளர் சேவைமைய அதிகாரியிடம் எல்லா உண்மைகளையும் எடுத்துக்கூறினேன். அவரும் பொறுமையாக எல்லாவற்றையும் கேட்டுவிட்டு, "நீங்க சொல்றது உண்மைனா, கண்டிப்பா உங்கமேல தப்பு

இருக்க வாய்ப்பில்லை. இப்ப நீங்க சொன்னத நான் அவர்கிட்ட சொல்லிடுறேன். எந்தக் காரணத்தைக்கொண்டும் ஃபோன ஸ்விட்ச் ஆப் செஞ்சுறாதீங்க, அவர் திரும்பவும் உங்ககிட்ட பேச வாய்ப்பிருக்கு. அப்படிப் பேசுனா, எங்ககிட்ட சொன்னத நீங்க அவர்கிட்டயும் சொல்லுங்க. நன்றி" என்றார்.

கடலில் தத்தளிப்பவனுக்குத் திடீரென தோன்றி வழிகாட்டும் நட்சத்திரம் போல் வந்த இந்த அழைப்பு என்னை சிறிது ஆசுவாசப்படுத்தியது. இருந்தாலும், என் முகத்தில் வழியும் வேர்வைத் துளியும், என் கை நடுக்கமும், செயற்கையாக என் உடலைவிட்டுத் தனியாக இயங்கும் நெஞ்சுக்கூடும், நான் ஏதோ சிக்கலில் இருப்பதாய் புற உலகிற்குக் காட்டிற்று. என் அருகில் அமர்ந்திருப்பவர் என்னை அடிக்கடித் திரும்பிப் பார்த்தார்.

"ஏதாவது பிரச்னையா? ஏறும்போது நல்லா இருந்தீங்க, இப்ப என்ன ஆச்சு?" என்றார்

"குடும்பப் பிரச்னை, வேற ஒன்னும் இல்ல" என்றேன். நமக்கெதுக்கு என்பதுபோல் தலை அசைத்துவிட்டு ஜன்னலின் பக்கம் திரும்பிக் கொண்டார்.

மறுபடியும் என் அலைப்பேசி என்னை அழைக்க, நடுங்கிய கையில் அதை எடுத்து, மெதுவாக காதின் அருகில் கொண்டுசென்று, "சார்" என்றேன். எதிமுனையில் அதே எளக்காரச் சிரிப்பு.

"என்னடா இப்ப எப்பிடி உன் வாய்ல சார்னு வருது?, நான் யாருன்னு தெரிஞ்சு போச்சா? மவனே என்ன நீ போற பஸ்சு, கரூர் போய்ச் சேர ஒரு 40 நிமிசம் ஆகுமா? கரூர் பஸ் ஸ்டண்ட்ல வச்சே உன்னத் தூக்கட்டா?" என்றது எதிர்முனை.

"சார்... நான் எந்தத் தப்பும் செய்யல சார். என் ஃபோன வாங்கி ஒருத்தன் கால் பண்ணினான் சார். அவனும் கோயம்புத்தூர் தான் சார். நான் வேலை செய்யிற ஸ்கூல்லதான் சார் அவன் படிக்கிறான்." அதிகாரத்தின் கைகள் சாமானியனின் குரல்வளையை நெறிக்கும் போது வார்த்தைகள் வெளிவர சிக்கலாவது இயல்புதானே. எனக்கும் அவ்வாறே இருந்தது.

"நீ வாத்தியாராடா? உண்மையிலேயே வாத்தியார்தானா, இல்ல பொய் சொல்றியா?"

“சார் நான் டீச்சர்தான் சார். ஈரோடுல ...... ஸ்கூல்லதான் ஏழு வருசமா வேலை பாக்குறேன் . இதுவரைக்கும் என்னால

அங்க ஒரு பிரச்சனை வந்ததில்ல சார். பிளீஸ் சார், அப்படி எதுவும் செஞ்சிடாதீங்க, என் குடும்பத்துல எல்லாரும் தற்கொலை பண்ணிப்பாங்க. என் லைஃபே போய்டும் சார்" என்றேன் அழுதுகொண்டே..

"அழுடா, நல்லா அழு, உன் ஏரியாவுக்கு வரச் சொன்னல, இந்தா வந்துட்டே இருக்கேன்"

"சார், நான் சொன்னது அத்தனையும் உண்மை சார், நீங்க என்ன அசிங்கமா பேசினதுனால தான் நானும் பேசினேன் சார்; மத்தபடி நான் எந்தத் தப்பும் செய்யல சார்"

"நீ ஃபோன வை, நான் உன் ஸ்கூலுக்கு ஃபோன் பண்ணி விசாரிச்சுட்டு, உன்கிட்ட வரேன்" என்றது எதிர்முனை.

"சார் ஏதும் தப்பா சொல்லிடாதீங்க சார், என் வேலை போய்டும், உங்கள கெஞ்சி கேக்குறேன்" , என்றேன். எதிர்முனையில் எந்தப் பதிலும் இல்லை. அழைப்பு துண்டிக்கப்பட்ட சத்தம் மட்டும் கேட்டது.

அடுத்த சில நிமிடங்களில், நான் பணிபுரியும் பள்ளியிலிருந்து எனக்கு அழைப்பு வந்தது.

"சார் நான் சரண்யா பேசுறேன்"

"சொல்லுங்க மிஸ்"

"சார், கோயம்புத்தூர்ல இருந்து, எஸ்.ஐ பேசுறதா ஒரு போன்கால் வந்துச்சு, உங்கள பத்தி டீடெயில்ஸ் கேட்டாங்க, ஏதாவது பிரச்சினையா சார்?".

"இல்ல மிஸ், சும்மா நார்மல் என்குயரி, வேற ஒன்னும் இல்ல"

"சரிங்க சார், நீங்க லீவு முடிஞ்சு ஸ்கூலுக்கு வரும்போது, கரஸ்பாண்டன்ட் சார பாத்திட்டு போகணும்னு உங்ககிட்டே, சொல்லச் சொன்னாரு சார்... மறந்துடாதீங்க."

"சரிங்க மிஸ்"

என்ன செய்வது என்று தெரியவில்லை. தனியார் பள்ளியின் அரசியல் தெரிந்தவன் நான். என் வேலை நிரந்தரம் என்பது உறுதியல்ல . ஆனால் இப்போது வேலையைக் காப்பாற்றுவதை விட என் குடும்ப மானத்தைக் காப்பாற்றியாக வேண்டும். ஒரு தவறும் செய்யாமல், இவ்வளவு பெரிய தண்டனையை நான் ஏன் அனுபவிக்க வேண்டும். என் மனக்குமுறலைத்

தீர்ப்பதற்கு ஏதேனும் வாய்ப்பு இருக்குமா? என் மீது தவறு இல்லை என்பதைச் சூழ்நிலை அவருக்கு உணர்த்துமா? என்று மனதுக்குள்ளேயே புலம்பிக் கொண்டிருந்தேன்.

மீண்டும் அந்தக் காவலரிடமிருந்து எனக்கு அழைப்பு வந்தது. "சார், சொல்லுங்க சார்".

"இன்னக்கி அதிர்ஷ்டம் உன் பக்கம் இருக்கு. பரவால்ல ஸ்கூல்ல உன்ன பத்தி நல்லவிதமாத்தான் சொல்றாங்க. நானும் ஆரம்பத்துல கொஞ்சம் அவசரப்பட்டுட்டேன். என் பொண்ணுக்கிட்டதான் அவன் பேசிருக்கான். காதலிக்கிறேன், கல்யாணம் பண்ணிக்கிறேன்னு, அவ ஒத்துக்கல, அவ பிடிவாதமா மறுக்க, ரொம்ப அசிங்க, அசிங்கமா பேசிருக்கான். படிக்கிற பையனாச்சே, ஃப்யுசர் போய்டும்னு இத்தனை நாளா நானும் அவனை விட்டு வச்சுருந்தேன், இன்னக்கி அளவுக்கு மீறி என் பொண்ண கஷ்டப் படுத்திட்டான். ஆமா! அவன பாத்தா, உன்னால அடையாளம் காட்ட முடியுமா?" என்றார்.

"முடியும் சார். கண்டிப்பா முடியும்",என்றேன்.

"ஆமா நீங்க என்ன ஆளுங்க?" என்றது எதிர்முனை.

"என்ன ஆளுங்கனா? புரியல சார்" இது நான்.

"நீ என்ன ஜாதி?"

"இதுவரை, பள்ளியில் படிக்கும்போது மட்டுமே இத்தகைய கேள்வியை எதிர்கொள்ளும் வாய்ப்பு அமைந்திருக்கிறது. அப்போதே இத்தகைய கேள்வியை வெறுப்பவன் நான். இதுவரை யாரைப் பார்த்தும் இந்தக் கேள்வியைக் கேட்காதவன் நான். இன்று, அதுவும் இத்தகைய சூழ்நிலையில் இந்தக் கேள்வி என்னை முகம் சுழிக்க வைத்தது.

"கவுண்டர் சார்"

"கவுண்டரா..? கடைசில நம்மாளுதானா நீ!'' என்று சிரித்தது எதிர்முனை. இம்முறை சிரிப்பில் ஏளனம் இல்லை.

"ஆமாம் சார்."

"அப்பா என்ன பண்றார்?"

"தினக்கூலி சார்."

"என்னடா இங்கலாம் நாங்க நிலம், புலம்னு செழிப்பா இருக்கோம். நீ என்ன தினக்கூலினு சொல்ற? நம்மாளுங்க

எப்பிடிடா அந்த வேலையெல்லாம் பாக்குறீங்க?" என்றது எதிர்முனை.

"தெரியலையே சார்" என்பதோடு நிறுத்திக்கொண்டேன்.

"சரி சரி நான் வைக்கிறேன். பாத்து போய்ச் சேரு. நம்ம ஜாதிக்காரப் பயன்னு வேற சொல்லிட்ட பொழச்சு போ!" என்றது எதிர்முனை.

பொறியில் சிக்கிய எலி பிழைத்துக்கொண்டது போன்ற மனநிலைதான் எனக்கு இருந்தது. மிகப்பெரிய பெருமூச்சோடு என் மன இறுக்கத்தையெல்லாம் வெளியேற்றினேன்.

விடுமுறை கழித்து, எப்படியாவது அந்த மாணவனைத் தேடிப் பிடித்துவிட வேண்டும், பன்னிரெண்டாம் வகுப்புதானே, முன்னூறு மாணவர்கள் தான் இருப்பார்கள், என்ற நினைப்போடு பள்ளிக்குள் நுழைந்தேன். பெருத்த ஏமாற்றம்தான், அவனின் முகம் எனக்கு ஞாபகத்தில் இல்லை. எவ்வளவு முயற்சித்தும் பலனில்லை. சரி ஒவ்வொரு வகுப்பாகத் தேடிப் பார்த்துக் கண்டுபிடிக்க முயற்சித்தேன். அதுவும் தோல்விதான்.

அந்த மாணவனின் முகம் எனக்கு ஞாபகம் வரவில்லையா? ஒருவேளை அந்த மாணவன் விடுமுறை முடிந்து பள்ளிக்கு வரவில்லையா? என்ற சந்தேகத்தோடு பள்ளி வளாகத்திற்குள் சுற்றிக்கொண்டிருந்தேன்...

5

அறிவியல் நோட்ஸ்

கடைசி மணி அடிக்க பதினைந்து நிமிடங்கள் இருக்கும்போது, அட்டன்டர் முத்து கையில் சர்குலரோடு வகுப்பறைக்குள் நுழைந்ததும், வகுப்பறை மயான அமைதி கொண்டது. அங்கொன்றும், இங்கொன்றுமாக காகம் கரைவது போல் அங்கங்கு மாணவர்கள் சலசலத்தனர்.

"ஐயையோ! நாளைக்கி பள்ளிக்கூடம்டியோ! இந்த சொட்டத்தலையன் இப்பத்தான் இதக் கொண்டுவந்து நீட்டணுமா?" என்றான் நாகராஜ்.

சர்க்குலரில் கையொப்பம் இட்டுவிட்டு புதிருக்கு விடை கேட்பது போல் மாணவர்களை அமைதியாகப் பார்த்தார் ஆசிரியர் பகவதிராஜ்.

"என்னங்கடா இவ்வளவு அமைதியா இருக்கீங்க? ஓ, சர்க்குலர் வந்ததுக்கா? அதுசரி" இந்த அமைதியைக் கொஞ்ச நேரம் நீட்டிக்க அவருக்கும் ஆசைதான். ஆனால் நேரமில்லை. சிரிப்பை அடக்கிக்கொண்டு

"நா... ளை... க்... கி... ஸ்... கூ... ல்... லீவு தான்" என்றார்.

"அப்ப எதுக்கு சார் சர்குலர் வந்துச்சு?" என்றான் சிவராமன்.

"ம்ம்ம்ம்ம், நீ மட்டும் நாளைக்கி ஸ்கூலுக்கு வரணுமாம்" என்று ஆசிரியர் கூறியதும் வகுப்பறை சிரித்தது.

"நாளைக்கி எனக்கு காச்ச சார். ஆஸ்பத்திரிக்குப் போகணும்" என்று அவன் பதில் உரைக்க அதற்கும் சிரிப்புதான்.

பகவதிராஜும் சிரித்துக்கொண்டே "டேய் சிரிச்சது போதும் கவனிங்க, சர்க்குலர் எதுக்கு வந்துச்சுன்னா, நம்ம ஸ்கூல்ல அடுத்த மாசம் 7 தேதில இருந்து 11 தேதி வரைக்கும், அதாவது செவ்வாய்க்கிழமைல இருந்து சனிக்கிழமை வரையிலான 5 நாட்கள் தமிழ்நாடு ஃபுல்லா டூர் கூட்டிட்டுப் போறாங்க. விருப்பம் இருக்குறவங்க நம்ம சந்திரன் சார் கிட்ட பேர் குடுக்கலாம்" என்றார்.

"இந்த டூருக்கு 1500 ரூவா கட்டணும். எல்லாச் செலவும் அதுலயே முடிஞ்சிடும். மொத்தம் பத்து இடம் கூட்டிட்டு போவாங்க. வைகை டேம்ல ஆரம்பிச்சு, மதுரை, திருச்சி, தஞ்சாவூர், சிதம்பரம், கன்னியாகுமரி, பிளாக் தண்டர் இன்னும் நிறைய, சரியா! வீட்டுல சொல்லி, அப்பாவையோ, அம்மாவையோ வந்து கட்டச் சொல்லு. நீயா காசக் கொண்டு வந்து அப்புறம் காணாமப் போச்சு, காக்கா தூக்கிட்டுப் போச்சுன்னு சொல்லக்கூடாது" என்றார் ஆசிரியர்.

மாணவர்கள் ஒரு சேர சிரித்தனர். இவரின் வகுப்பு இப்படித்தான் சிரிப்பாகவே இருக்கும். எதையாவது சொல்லி மாணவர்களைச் சிரிக்க வைத்துக்கொண்டே இருப்பார்.

"அப்புறம் இந்த மாசம் 25 ஆம் தேதிதான் டூருக்கு பணம் கட்டக் கடைசி நாள், வீட்டுல சொல்லி அவங்களவே வந்து கட்டச் சொல்லுங்க" என்றார். எல்லாவற்றையும் விட டூருக்கான தொகைதான் அதிகமாகப் பட்டது. வகுப்பிற்கு ஒருசில மாணவர்கள் மட்டுமே வருவார்கள். ஆனால் ஒவ்வொரு மாணவனும் இந்த டூருக்கு எப்படியாவது சென்றுவிட வேண்டும் என்ற எண்ணத்தோடுதான் வீட்டிற்கே சென்றனர்.

"அம்மா! அம்மா!"

"என்னடா? பாத்து மெதுவா வா. கீழ விழுந்துடாத" என்றாள் வனிதா.

"அம்மா, எங்க ஸ்கூல்ல டூர் கூட்டிட்டுப் போறாங்கம்மா. ஆறாவது படிக்கும் போது கேட்டதுக்கு, அடுத்த தடவ கூட்டிட்டுப் போனா போன்னு சொன்னீங்க, இப்பயாவது சரின்னு சொல்லுங்க" என்றான் திலீபன்.

"டேய், நான் என்ன சரின்னு சொல்றது? உங்க அப்பா வந்ததும் கேளு, அவர் சரின்னு சொன்னா, போ. நான் வேணாம்னா சொல்லப்போறேன்" என்றாள்.

“ஆமா, இப்ப அப்பிடித்தான் சொல்லுவ, அப்புறம், எவ்வளவு? எத்தன நாள்னு? கேட்டுட்டு, வேணாம்னு, சொல்லிடுவ, போமா” என்றான் கோபமாக.

“நீயாச்சு, உங்கப்பாவாச்சு. அவர் வந்ததும் நீயே பேசிக்க, இப்ப போய் கை, கால் கழுவிட்டு வா” என்றாள் வனிதா.

இரவெல்லாம் அதே நினைப்பாகத் தூங்கிப்போனான். எப்படியாவது அப்பாவிடம் பள்ளிச் சுற்றுலாவிற்கு அனுமதி வாங்கவேண்டும் என்பது மட்டுமே அவன் மனதில் ஓடிக்கொண்டிருந்தது.

“என்னடா ஏதோ ஸ்கூல்ல டூர் கூட்டிட்டுப் போறாங்களாம். எங்கெங்க கூட்டிட்டு போறாங்க? “என்று கேட்டார் திலீபனின் அப்பா பிரபாகரன்.

“தமிழ்நாடு ஃபுல்லாப்பா, அஞ்சு நாளு” என்றான்.

“தமிழ்நாடு ஃபுல்லான்னா எங்க எங்கன்னு சொல்லலையா?” என்றார் பிரபாகரன் அதே தொனியில்,

“நிறைய ஊரு சொன்னாங்கப்பா என்று ஆசிரியர் கூறிய அத்தனை இடங்களையும் ஒப்புவித்தான்.”

“அப்பா நானும் போய் வரவா? பிளீஸ்ப்பா. 6ஆவது படிக்கும் போது வேணாம் சின்ன பையன்னு சொன்னீங்க. இப்ப எட்டாவது வந்துட்டேன், இப்பயாவது போயிட்டு வரேன்ப்பா” என்று கெஞ்சும் விதமாகக் கேட்டான்.

“சரிடா போய்ட்டு வா, டூருக்குப் போற நாளுக்கு முந்தைய நாள் பணத்தைக் கட்டிக்கலாம், சரியா?” என்றார் பிரபாகரன்.

மகிழ்ச்சியின் உச்சத்தில் எகிறி எகிறி குதித்தான். அவனால் அவனைக் கட்டுப்படுத்த முடியவில்லை. அப்பாவைக் கட்டிப் பிடித்து கன்னத்தில் ஒரு முத்தம் வைத்தான். அந்த முத்தத்தின் அழுத்தமே அவன் மகிழ்ச்சியின் அளவை அவன் தந்தைக்கு உணர்த்தியது. பிரபாகரனும் அதனை ஆமோதிக்கும் விதமாக திலீபனின் கன்னத்தில் அதே அழுத்தத்தோடு முத்தம் வைத்தார்.

அந்த வாரம் முழுதும் நண்பர்களிடமும், ஏன் அவன் வகுப்பு ஆசிரியர் உட்பட, அவன் வகுப்பிற்கு வரும் அத்தனை ஆசிரியரிடம் தான் சுற்றுலாவிற்குச் சம்மதம் வாங்கி விட்டதாகவும், அவர்களில் யார்? யார்? சுற்றுலாவிற்கு வருகிறார்கள் என்றும் கேட்டுத் தெரிந்து கொண்டான். வர வாய்ப்பில்லாத தனது நண்பர்களுக்கு ஆறுதலும் தெரிவித்தான்.

டூருக்குச் செல்லும் நாளுக்காய் ஒவ்வொரு நாளையும் விரல்களிலும், நாட்காட்டியிலும் எண்ணிக்கொண்டிருந்தான். இன்னக்கி தேதி *18.6.1998*, "அம்மா அப்பாகிட்ட சொல்லி பணம் கட்ட சொல்லுமா, டூருக்குப் பணம் கட்ட இன்னும் ஒரு வாரம்தான இருக்கு" என்றான். தலையை மட்டும் ஆட்டி வைத்தாள் வனிதா.

"டேய் நாகராஜு எப்படா டூருக்குப் போவன்னு இருக்குடா. எங்கப்பா சரின்னு சொன்னதில இருந்து தினமும் கனவுல டூருல ஊரு ஊரா சுத்துற மாதிரிதான் டா வருது" என்றான் திலீபன்.

"கடுப்ப கௌப்பாத, நானே டூருக்கு வர முடியாதுன்ற கடுப்புல இருக்கேன். நீ வேற சும்மா தொண தொணன்னுட்டு இருக்க" என்றான் நாகராஜ் கோபமாக.

"ஏன்டா உங்கப்பா வேணாம்னு சொன்னாரு?" இது திலீபன்.

"அவரோட பத்து நாள் சம்பளக்காச நான் டூருக்கு கேக்குறேன்னு செம்ம திட்டு" என்றான் நாகராஜ்.

"எங்கப்பாவும் உடனே கட்டுறேன்னு சொல்லல. டூர் போறதுக்கு முன்னாடி கட்டிக்கலாம்னு சொல்லிட்டாரு" என்றான்.

ஒரு நாள் திலீபன் குளிக்கும்போது அவன் தொடைகளில் பிரம்பு தடத்தைக் கவனித்தாள் அவனது தாய். உடனே பதறிப்போய், "என்னடா திலீபா இப்பிடி கண்ணிப்போயிருக்கு, யாருடா உன்ன இப்பிடி அடிச்சா?" என்று கேட்டாள்.

"ரொம்ப அழுத்தாதமா வலிக்குது. அறிவியல் டெஸ்ட்ல ரொம்ப கம்மியான மார்க்குமா. சரியா டெஸ்ட் எழுதல. சார் அடிச்சுட்டாரு" என்றான் வருத்தமாக. கண்களும் கொஞ்சம் கலங்கியிருந்தது.

"ஏன்டா சரியா படிக்கல, அதவிட உனக்கு என்ன வேலை?" என்றாள்.

"அதில்லமா, அறிவியல் நோட்ஸ் காணாமப் போச்சுமா, எப்பிடி காணாமப் போச்சுன்னு தெரியல, நான் வேற யாருகிட்டயும் குடுக்கல, நோட்ஸ் காணாமப் போனதுனாலதான் படிக்க முடியலம்மா, அப்பாவுக்குத் தெரிஞ்சா என்ன பண்ணுவாருன்னு ரொம்ப பயமா இருக்குமா" என்றான்.

“என்னடா சொல்ற?, அத வாங்கி குடுக்குறதுக்கு அவர் எவ்வளவு கஷ்டப்பட்டாருன்னு தெரியும்ல, அவருக்கு மட்டும் இது தெரிஞ்சது அவ்வளவுதான்” என்று மேலும் பயமுறுத்தினாள் வனிதா.

இரவு அனைவரும் ஒன்றாகச் சாப்பிட உட்கார்ந்தனர். திலீபனால் அந்தச் சூழ்நிலையை எதிர்கொள்ள முடியவில்லை. ஏனோ அவனைச்சுற்றி ஒரு இறுக்கம் பின்னிக்கொண்டிருந்தது. தலையை நிமிர்த்தி தன் தந்தையைப் பார்க்கும் தைரியம் இல்லாமல் தலையைக் குனிந்தவாறே சாப்பிட்டுக் கொண்டிருந்தான்.

“டேய் திலீபா” பிரபாகரன் அழைக்க,

போச்சு, அம்மா அப்பாகிட்ட எல்லாத்தையும் சொல்லிட்டா, என்ன செய்யப் போறாரோ? என்ற நினைப்புடன் மெதுவாகத் தலையை நிமிர்த்திப்பார்த்தான்.

“என்னடா அறிவியல் நோட்ஸ காணோமா?”

“ஆமாங்பா”

“எப்பிடிக் காணாமப் போச்சு?”

“தெரியலங்பா”

“தெரியலையா? என்னாடா பதில் இது? ஒரு பொருள வாங்கிக் கொடுக்க என்ன கஷ்டப்படுறேன் தெரியுமா? கொஞ்சம் கூட பொறுப்பு இல்லாம தெரியலன்ற.”

“பைல தாம்பா வச்சிருந்தேன். எங்க, எப்பிடிக் காணாம போச்சுன்னு தெரியலங்பா”

“பைல வச்சிருந்தது எப்பிடிடா காணாம போகும்? பையா திண்ணுடுச்சு. வாங்கித்தர கொஞ்சம் லேட்டானதும், வீட்டுல என்ன பாடு பட்ட, சாப்பிடாம கொள்ளாம, பட்டினி கிடந்து அடம் பிடிச்சு வாங்குனல, இப்ப இவ்ளோ சாதாரணமா காணாக்கிட்டு வந்து நிக்கிற” என்று கோபமாக அதட்டினார் பிரபாகரன்.

கண்கள் கலங்கி, அப்பாவிடம் என்ன சொல்வதென்று தெரியாமல் அப்படியே இருந்தான்.

“நோட்ஸ் காணாமப் போச்சுல, இனி இந்த வருசம் முழுசும் நீ நோட்ஸ் இல்லாமத்தான் படிக்கணும், இப்பிடியே தினமும் படிக்காம அடி வாங்கு அப்பத்தான் புத்தி வரும், காசு சம்பாதிக்கிறவனுக்குத்தான் தெரியும் அதோட அரும, இந்த லட்சணத்தில தொர டூருக்கு வேற பணம் கேட்டுட்டு

இருக்க, டூரும் வேணாம், ஒரு மண்ணும் வேணாம். நோட்ஸ தொலச்சதுக்கு உனக்கு இதுதான் தண்டனை. போ. போய் கை கழுவு" என்றார்.

இப்படி ஒரு தண்டனை கிடைக்குமென்று அவன் கனவிலும் நினைக்கவில்லை. எந்த நாளுக்காக இத்தனை நாள் கனவுகண்டு கொண்டிருந்தானோ அந்த நாள் இனி அவனுக்கானதல்ல என்ற நினைப்பு அவனை அவ்வளவு துன்புறுத்தியது. தேம்பித் தேம்பி அழுதான், கெஞ்சுவது போல பிரபாகரனைப் பார்த்தான். ஆனால் அவர் எதையும் கண்டுகொண்டதாகத் தெரியவில்லை. நீ போகலாம் என்பது போல் அவர் இருக்க, மெதுவாக நடந்து தன் படுக்கைக்குச் சென்றான்.

வகுப்பறையில் யாரையும் சந்திக்கும் தைரியம் அவனிடம் இல்லை. பள்ளிக்கு வராமலே, எங்காவது சென்று விடலாமா என்று நினைத்தவன், அந்த நினைப்புடனே பள்ளிக்குள் நுழைந்து விட்டான்.

யாரிடமும் எதையும் பேசிக்கொள்ளவில்லை. அமைதியாகவே அனைவரையும் அவர்களது கேள்விகளையும் தவிர்த்தான்.

"சார்"

"என்னடா?"

"சார், என்னோட அறிவியல் நோட்ஸ காணோம் சார். நேத்து பாக்கும் போது பைலதான் சார் வச்சிருந்தேன். ஆனா இப்ப காணோம் சார்" என்றான்."

"டேய் இவனோட அறிவியல் நோட்ஸ எவனாவது பாத்தீங்களா? யாராவது எடுத்திருந்தா குடுத்திடுங்க, தேடிக் கண்டுபிடிச்சா தொலச்சு கட்டிடுவேன்" என்றார் பன்னீர் சார்.

"நாங்க யாரும் எடுக்கல சார்" என்றனர் சத்தமாக.

அனைவரின் பையையும் தேடச் சொல்லுவார், காணாமல் போனதை எப்படியும் கண்டுபிடித்து விடலாம் என்று நினைத்தவனுக்கு அப்படி நடக்காதது ஏமாற்றமே.

"அம்மா, நாளைக்கு கோழிகூப்ட மூனு மணிக்கெல்லாம் டூரு போற எல்லாரையும் ஸ்கூலுக்கு வர சொல்லிருக்காங்களாம், நான் போயி என் பிரெண்ட்ஸ் பஸ் ஏற வரைக்கும் கூட இருந்துட்டு வரட்டா" என்றான்.

“அந்த நெனப்ப விட்டுட்டு வேலையப் பாரு” என்று வனிதா சொன்னதும் அழுகை முட்டிக்கொண்டு வந்தது.

இரவு நெடுநேரம் தூக்கம் வரவில்லை. புரண்டு புரண்டு படுத்தான்.அதிகாலையில் பக்கத்து வீட்டில் அடுப்படியில் சமையல் செய்யும் சத்தம் கேட்டது. மணி மூன்று இருக்கும் என்று தனக்குள்ளே நினைத்துக்கொண்டான். யாருக்கும் தெரியாமல் கதவைத் திறந்து பள்ளி வரை சென்று வரலாமா என்ற யோசனை வர, படுக்கையிலிருந்து எழுந்தான்.

ஐயையோ கதவ சத்தம் வராம தெறக்கனுமே. ரெண்டு பேருல யாரு எந்திருச்சாலும் அடி விழும், என்ற நினைப்பில், மிக மெதுவாக ஒவ்வொரு அடியாக எட்டு வைத்து நடந்தான்.

இதயத்துடிப்பு மெல்ல மெல்ல கூடியது. மெதுவாகத் தாழ்ப்பாளைத் திருகி, இழுத்து கதவைத் திறக்கும்போது, அறையில் விளக்கு எரிந்தது. திரும்பிப் பார்த்தால் பிரபாகரன் நின்றிருந்தார்.

“என்னடா பழக்கம் இது. எங்க போற இந்த நேரத்துக்கு?” என்றார்.

“பள்ளிக்கூடத்துக்குப்பா” என்றான்

“இப்ப எதுக்குடா? பைத்தியமா நீ” என்றார்.

காலையில் திலீபன் பேசியதை வனிதா பிரபாகரனிடம் கூறினாள்.

“டேய், அவங்க எல்லாரும் கெளம்பி போயிருந்தா, நீ என்ன பண்ணுவ, அறிவியல் நோட்ஸ தொலச்சது உன் தப்பு. இப்ப எதையும் யோசிக்காத, போய்ப் படு. காலைல எல்லாம் சரி ஆகிடும்” என்றார் பிரபாகரன்.

“ரொம்ப ஏமாந்து போயிட்டான், நீங்கதான் அவன கொஞ்சம் மன்னிச்சு டூருக்குப் பணம் கட்டிருக்கலாம்ல” என்றாள் வனிதா பரிதாபமாக.

“நீயும் புரிஞ்சுக்காம பேசாதடி, என் சம்பளமே மாசம் 4250 தான், இதுல எங்க போயி 1500 கட்டுறது. ஒவ்வொண்ணுக்கும் போயி உன் தம்பிக்கிட்ட கையேந்த முடியுமா?, இவன பள்ளிக்கூடம் சேக்கும் போது வாங்கின ஆயிரத்தையே இன்னும் குடுக்கல, நானும் இந்த ஒரு வாரமா என்னென்னமோ பண்ணி பாத்துட்டேன் ஒன்னும் பெறட்ட முடியல. முதலாளியும் ஊருல இல்ல, கேரளாவுக்குப் போயிருக்காரு, வர்றதுக்கு ஒரு வாரம் மேல ஆகுமாம். வேற யாருகிட்ட கையேந்த சொல்ற? பிச்சை

தான் எடுக்கணும். எல்லாம் ரெண்டு நாள்ல சரியாயிடுவான். என்ற பிரபாகரனின் கண்கள் கலங்கியிருந்தது. வார்த்தைகளில் ஈரம் கூடியிருந்தது.

“எப்பிடிச் சரியாவான். பிள்ள கலங்கிப் போயிட்டான்” என்ற வனிதாவின் வார்த்தைகளில் மகனின் உணர்வுக்கு ஆறுதல் தேடும் முயற்சி இருந்தது.

“அதெல்லாம் சரி பண்ணிடுவேன். ஒரு நாள் ஓட்டல், ஒரு நாள் தியேட்டர்ன்னு கூட்டிட்டு போயி சமாதானம் பண்ணிக்கலாம். இப்ப பேசாம படு” என்றவாறு திரும்பிப் படுத்தார் பிரபாகரன்.

அடுத்த இரண்டு நாட்களில் பிரபாகரனின் முயற்சியில் இயல்பானான் திலீப்.

ஒருநாள் பள்ளியில்...

“டேய், திலீபா இந்தாடா” என்று ஒரு என்பது பக்க சிறிய புத்தகத்தை நீட்டினான் முஸ்தபா.

வாங்கிப்பார்த்த திலீபனுக்குத் தலையெல்லாம் சுற்றியது. கண்கள் கலங்கி, பார்வை மங்கலானது. முஸ்தபா பேசிய வார்த்தைகள் எதுவும் திலீபனின் காதில் விழுந்ததாக உணரவில்லை.

“ஏண்டா இவனே இத நீதான் எடுத்தியா?” என்று கத்திய திலீபனை வகுப்பே திரும்பிப்பார்த்தது.

“திருட்டுப்பயலே! உன்ன சார் கிட்ட சொல்லி என்ன பண்றேன்னு பாருடா?” என்று முஸ்தபாவின் சட்டையைப் பிடித்து உலுக்கினான். திலீபனின் செயல் அனைவருக்கும் அதிர்ச்சியாக இருந்தது.

அப்போது வகுப்பறைக்குள் நுழைந்த பன்னீர் சாரிடம் இருவரைப்பற்றி வகுப்பறையே முறையிட்டது.

“முஸ்தபா இங்க வா?” என்று கையில் பிரம்புடன் அழைத்த பன்னீர் சாரிடம் ஒருவித நடுக்கத்துடனே நடந்து சென்றான்.

‘‘உண்மைய சொல்லு, நீதான் அவனோட நோட்ஸ எடுத்தியா? அன்னக்கி நான் கேக்கும்போது ஏன் எதுவும் சொல்லல?” என்று அவர் கேட்ட தொனியில் அழுதுகொண்டே பேசினான் முஸ்தபா.

ஒருநாள் வாரத்தின் கடைசி நாளான வெள்ளிக்கிழமை அறிவியல் பாடத்தின் கேள்வி பதில்களை எழுதுவதற்காக திலீபனிடம் கேட்டு நோட்ஸை வாங்கிச் சென்றதாகவும். எழுதி முடித்துவிட்டு மறந்து வீட்டிலேயே வைத்துவிட்டு வந்துவிட்டதாகவும், அந்த நோட்ஸை அவன் அம்மா எடுத்துத் தெரியாமல் அவன் தம்பியின் புத்தகப்பையில் வைத்துவிட்டதாகவும், நேற்று தான் இருவரின் புத்தகப்பைகளை சுத்தம் செய்யும் போது கண்டுபிடித்ததாகவும், தான் திருடவில்லை என்றும் கூறிய முஸ்தபாவின் வார்த்தைகளில் பொய்யில்லை என்பதை உணர்ந்த பன்னீர் சார், நோட்ஸை திலீபனிடம் வாங்கிக் கொடுத்துவிட்டு இருவரையும் அவரவர் இடத்தில் போய் உட்காரச் சொல்லிவிட்டு பாடம் நடத்த ஆரம்பித்துவிட்டார்.

திலீபனுக்கு இருப்புக்கொள்ளவில்லை. கண்களில் வழிந்த கண்ணீரின் துளிகள் நோட்ஸில் பட்டு உருண்டு ஓடியது. கண்ணீர்த் துளிகளாய் கரைந்து கொண்டிருந்த திலீபனின் மனக்குமுறலை தாங்கிக்கொண்டிருந்தது அறிவியல் நோட்ஸ்.

6

சரணம்புகல்

“அப்பா வேலை விசயமா சென்னை வரைக்கும் போக வேண்டியது இருக்கு. நாளைக் காலைல கிளம்புறேன். வர்றதுக்கு ஒரு வாரம் ஆகும் அது வரைக்கும் அவளுக்கு எந்தத் தொந்தரவும் கொடுக்காம வீட்டு வேலையச் செஞ்சுக்கிட்டு, புள்ளைங்கள பாத்துகிட்டு, அவளுக்கு ஒத்தாசையா இருங்க” என்ற மகனைப் பார்க்காமலே சரி எனத் தலையாட்டினார் இராமசாமி.

பேரனை மடியில் வைத்திருந்தார். குழந்தை, இராமசாமியின் கைக்கு அடங்காமல் கை கால்களை அசைத்துக்கொண்டிருந்தது. அவரின் சொரசொரப்பான கைவிரல்களால் பேரனின் பிஞ்சுக் கன்னங்களைத் தடவிக் கொடுத்துக் கொண்டிருந்தார். குழந்தை இராமசாமியின் கனத்த கை விரலைப் பிடித்து வாயில் வைக்க துடித்தது. கைவிரலை வாய்க்கு அருகில் கொண்டு செல்வதும், பின் வேண்டுமென்றே தவிர்ப்பதுமாக, குழந்தைக்குப் போக்குக் காட்டிக்கொண்டிருந்தார்.

“அப்பா நான் சொல்றது கொஞ்சமாவது மண்டையில ஏறுதா உங்களுக்கு” என்று கொஞ்சம் கோபமாகச் சொன்ன வேலனை நிமிர்ந்து பார்த்தவர், “புரியுதுப்பா” என்றார், எந்த உணர்ச்சியுமில்லாமல். இப்படிப்பட்ட சில தருணங்களில் தான், மகன் அப்பனாகிவிட்டான், நாம் அவன் நிழலில் வளரும் மகனாகிவிட்டோம் என்ற நினைப்பு இராமசாமிக்கு வந்து போகும்.

“என்ன புரிஞ்சுதோ? நான் வரும்போது எதுவும் பஞ்சாயத்து வைக்காம இருந்தா சரி, ஒவ்வொரு நாளும் உங்க ரெண்டு பேருக்கு பஞ்சாயத்து பன்றதே எனக்குப் பெரும் பாடா இருக்கு” என்று அலுத்துக்கொண்டு எழுந்து சென்ற மகனைப்

பார்த்துக்கொண்டே இருந்த இராமசாமியை, குழந்தையின் சிரிப்பு சத்தம் மீட்டுக் கொண்டுவந்தது.

கடைசி காலத்துல பொண்டாட்டி இல்லாம, பிள்ளைங்கள அண்டி வாழுற வாழ்க்கை யாருக்கும் வரக்கூடாது. மானம் போயி,மரியாத போயி நாய் பொழப்பு பொழைக்கணும். என மனதுக்குள் நினைத்து நொந்துக் கொண்டார். கண்கள் கலங்கி கண்ணீர் வழிந்தது. குழந்தை அதற்கும் சிரித்தது.

"தாத்தன் பொழப்பு சிரிப்பா சிரிக்குதேன்னு சிரிக்கிறியா? இல்ல ரெண்டு பிள்ள பெத்த உனக்கே இந்தப் பாடுன்னா, எங்கப்பன் மூனாவதா என்ன பெத்துருக்கானே,அவன் என்ன பாடு, படப்போறானோனு நெனச்சு சிரிக்கிறியா?" என்று கேட்டு விட்டு அவரும் சிரித்தார்.

காலையில் பால் வாங்குவதிலிருந்து, இரவு பாய் விரிப்பது வரை எல்லாம் இராமசாமிதான். அதிலொன்றும் கஷ்டமில்லை. ஆனால் ஒரு அப்பனுக்கோ, இல்லை மாமனாருக்கோ கிடைக்க வேண்டிய மரியாதை இல்லை. வயோதிகத்திற்கான அன்பும், ஆதரவும் இல்லை, வீட்டு வேலைகளைச் செய்யும் வேலைக்காரனை விட ஒரு படி கீழே தன்னை வைத்திருக்கிறார்கள் என்ற நினைப்புதான் ராமசாமியைக் கொல்லும்.

ஒவ்வொரு முறை சாப்பிடும்போதும், மறு சாப்பாடு கிடைக்காது, வாய் விட்டுக் கேக்கவும் முடியாது. தப்பித் தவறி கேட்டுவிட்டால், இங்கென்னா கொட்டியா கெடக்குது. போடுறத தின்னுட்டு கெடக்காம அது வேணும், இது வேணும்னு கேக்கணும்னு நினைப்பு இருந்தா, அந்த வீட்டுக்குப் போக வேண்டியது தான, இங்க இருந்து என் உசிர ஏன் வாங்குறீங்க?" என்ற வார்த்தை ஆறடி உயரத்தை கூனிக் குறுகச் செய்துவிடும். பாழாப்போன வயிறு இந்த வயசிலயும் இன்னும் இன்னும்னு கேக்குதே. பசில ராத்திரிலாம் தூக்கம் வர மாட்டேங்குது என மனதுக்குள் அழுதுகொள்வார்.

பேரப்பிள்ளைகள் திங்கும் பிஸ்கட்டில் ஒன்றிரண்டு எடுத்து சாப்பிட்டால் பிடுங்கித் தின்றுவிட்டான் என்று திட்டுவேறு விழும். ஒவ்வொரு வேலையும் பார்த்துப் பார்த்துச் செய்ய வேண்டும். எப்போதும் ஒருவித பயத்துடனேயே இருப்பதுபோல் ஒவ்வொரு நாளும் கடந்தது இராமசாமிக்கு.

"மாமா நாளைக்கு ஒன்னாந்தேதி, நீங்க அந்த வீட்டுக்குப் போகணும், எப்பிடி நீங்களே போயிடுவீங்களா? உங்க மகனக்

கொண்டுபோயி விட்டுட்டு வரச்சொல்லவா?” என்ற மருமகளின் வார்த்தைக்கு “நானே போயிக்கிறேந்தாயீ, அவனுக்கு எதுக்கு செரமம்” என்ற இராமசாமியிடம்,

“இதுலென்ன செரமம், நீங்க இருக்குறத விட இதொன்னும் செரமமில்ல” என்று பதிலுரைத்துவிட்டு சட்டென நகர்ந்து சென்ற மருமகளை கலங்கிய கண்ணோடு பார்த்துக்கொண்டிருந்தார்.

“சாவுதே வரமாட்டேங்குதே!” என்றார்.

“யாத்தே! நா அந்த அர்த்தத்துல சொல்லல சாமி!, இந்தப் பாவத்தக்கொண்டு போயி எங்கத் தொலைக்க” என்ற மருமகளின் வார்த்தையைக் கண்டுகொள்ளவில்லை.

கொடும கொடுமனு கோயிலுக்குப் போனா அங்க ரெண்டு கொடும டிங்கு டிங்குனு ஆடிச்சாம். இங்க இருந்து அங்க போனா மட்டும் அவன் நல்லாவா பாத்துக்கப் போறான்?. இடம் தான் வேற, ஆனா ரெண்டு பேரும் ஒன்னுதான். ரெண்டு வீட்டுலயும் ஒரே ஆறுதல் கொழங்தைக மட்டும்தான். ஒரு ஜெயிலுல இருந்து இன்னொரு ஜெயிலுக்கு மாத்துற கைதி பொழப்பு போலத்தான் என் பொழப்பு, என மனதுக்குள் புலம்பியவாறே தூங்கச் சென்றார் இராமசாமி.

“நூலு பிடிச்ச மாதிரி ஒன்னாந்தேதியே வந்திடனுமா? ஏன் ஒன்னு, ரெண்டு நாளு அங்கன இருந்தாதான் என்னவாம்?, எங்கன தின்னாலும் அதே சோறுதான?” என்ற சின்ன மருமகளின் வார்த்தைகள் ஊசியாய் உள்ளே இறங்கினாலும், ஒன்றும் செய்வதற்கில்லை. அமைதியாக வாசலிலேயே நின்றிருந்த இராமசாமியை “ம்ம்” என்று சைகையால் உள்ளே அழைத்தாள் பூங்கோடி. தாத்தா என கத்திக்கொண்டே ஓடி வந்த பேரப்பிள்ளைகளை வாரி அணைத்துக்கொண்டார்.

இப்படித்தான் ஒரு மாதத்தின் கடைசி நாளில் வேலன் வெளியூர் செல்வதாகவும் அப்பாவை ஒரு நாள் கழித்து கூட்டிச் செல்வதாகவும் போனில் பேசினான். செல்வி அந்த நாள் முழுவதும் இராமசாமியை ஜாடைமாடையாக திட்டிக்கொண்டே இருந்தாள். நன்றாகத் தூங்கிக்கொண்டிருந்த ராமசாமியை நள்ளிரவே எழுப்பிக் கூட்டி வந்து அண்ணனின் வீட்டு வாசல்படியில் உட்கார வைத்துவிட்டுச் சென்றுவிட்டார்கள் மகனும், மருமகளும். விடிய விடிய கதவைத் தட்டிக்கொண்டு, கதவைத் திறக்காததால், குளிரில் நடுங்கியபடி வாசலிலேயே படுத்துவிட்டார். மறுநாள் காலையில் வேண்டுமென்றே

நேரங்கழித்தே கதவு திறக்கப்பட்டது. அப்போதும் ராமசாமிக்கு தான் வசவுகள் விழுந்தன.

லட்சுமி இப்ப உயிரோட இருந்திருந்தா எனக்கு இந்த நிலம வந்திருக்காது. இல்ல அன்னைக்கே அழகரண்ணன் சொன்னத கேட்டிருக்கணும். புள்ளைங்க மேல வச்சிருந்த கண்ணுமண்ணு தெரியாத பாசம் இன்னக்கி என்ன இப்பிடி கஸ்டத்துல தள்ளிடுச்சே, என்று புலம்பிக்கொண்டே இருப்பதுதான் இராமசாமியின் அன்றாட வேலையில் ஒன்றாகிவிட்டது.

மற்றவர்களைப் போல் அமைதியாக இதை ஏற்றுக்கொண்டு வாழப் பழக இராமசாமியால் முடியவில்லை. ஆரம்பத்திலிருந்தே குடும்பத்தின் தலைமை பீடத்தில் அமர்ந்துகொண்டு அதிகாரம் செய்தே பழகிய ஆளுமை, இப்போது பிள்ளைகளை அண்டி வாழணும் என்பதை நினைத்து நினைத்து வெம்புகிறது. வீட்டில் ஒரு துரும்பைக் கிள்ளுவதானாலும் தன் தலை அசைந்தால்தான் நடக்கும். ஆனால், இப்போது அப்படியில்லை. கால மாற்றம் மொத்தத்தையும் மாற்றிவிட்டது. பையில் பத்து ரூபாய் இருக்க வேண்டுமென்றாலும் மகனைக் கேட்க வேண்டும். எப்போது, எப்படி இந்த மாற்றம் நிகழ்ந்தது என்பதெல்லாம் தெரியவில்லை. ஆனால் இலட்சுமி இல்லாததால் தான் தனக்கு இந்த நிலைமை என்பது மட்டும் புரிந்தது.

“அப்பா, அண்ணன் போன் பண்ணிருந்தான், ஏதோ வேண்டுதலாமா, நம்ம கொலதெய்வங் கோயிலுக்குப் போயி பொங்க வச்சுட்டு வந்திடலாம்னு கூப்டான், வீட்டுக்கு பெரிய மனுசன் நீங்க, நீங்க இல்லாம எப்பிடி? வர்ற வெள்ளி கௌம்பி ஒரு எட்டு போயிட்டு வந்திடுவோம்” என்ற குமரனின் வார்த்தையில் என்றுமில்லாத கரிசனம் இருந்ததை இராமசாமியால் உணர முடிந்தது.

“என்ன வேண்டுதலா?”

“கடைசிப் பாப்பாக்கு மொட்டையாம்” என்றான்.

அவர்கள் இருக்கும் ஊரிலிருந்து 400 கி.மீ. பயணம். எப்போதோ போனது. பலவருடத்திற்குப் பிறகு இப்போது மீண்டும் குலதெய்வக் கோயில் பயணம் என்பது மனதிற்கு ஆறுதலாய் இருந்தது. வேலனுக்கும், குமரனுக்கும் முதன்முதலில் மொட்டைபோட தன் மனைவியுடன் பயணமான நாட்கள் மனதில் ஓட, வழிந்த கண்ணீரைத் துடைக்கக்கூட மாட்டாமல் நினைவுகளில் மூழ்கிப்போனார். சாமிதான் கண்ணத்தொறக்கணும்

என்ற நினைப்பில் வந்த பெருமூச்சில் இனியெல்லாம் சுகமாகும் கனவு நிறைந்திருந்தது.

இரயில் பயணம், அதுவும் ஜன்னலோர இடம். இதமான காற்றின் தொடுதலால் தன்னை மறந்து அமர்ந்திருந்த இராமசாமியின் மடியில் அமர அடம்பிடித்த மகளை செல்லமாக மிரட்டிக்கொண்டிருந்தான் வேலன்.

இரு குடும்பத்தினரும், இதமாகவே நடந்துகொண்டதாகப் பட்டது. பயணம் நெடுக மாறி, மாறி கவனிப்பும், கரிசனமும் இருந்தது. இராமசாமியும் புத்துணர்ச்சியாகவே இருந்தார். தரிசனமும் நல்ல முறையில் இருந்தது. பிள்ளைகளுக்காகவும், பேரப்பிள்ளைகளுக்காகவும் உருகி, உருகி வேண்டிக்கொண்டார். இந்த நாட்களைப்போல் ஏன் கடந்த நாட்கள் இல்லை என்ற வருத்தம் ஒரு புறம் இருந்தாலும், இனி இவர்கள் இப்படியே தன்னிடம் நடந்துகொள்ளக்கூடாதா என்ற ஏக்கமும் இருந்தது. வயதாக ஆக குழந்தைத்தனம் உண்டாகிறது என்பது எவ்வளவு உண்மை என்பதை நினைத்துச் சிரித்துக்கொண்டார். எல்லோரும் குதூகலமாக இருந்தனர். இந்த மகிழ்ச்சி எப்போதும் நிலைத்திருக்க நினைத்து வேண்டிக்கொண்டார். மனதில் நிம்மதி வரும்போது, கூடவே உறக்கமும் வந்துவிடுகிறது. களைப்பெல்லாம் தீர, பாரமெல்லாம் மூச்சோடு கொஞ்சம் கொஞ்சமாக இறங்க தன்னை மறந்து உறங்கிப்போனார்.

❖ ❖ ❖

“சொன்னா கேளு ராமா, அப்புடி என்ன வயசாயிடுச்சு உனக்கு? இந்த ரெண்டு பிள்ளைங்கல வச்சுகிட்டு இன்னும் நீ எத்தன வருசம் ஒண்டியாவே காலம் தள்ளுவ. இன்னும் உனக்கு வயசிருக்கு. உனக்குப் பொண்டாட்டி வேணாம்னாலும் இந்த பிள்ளைங்களுக்கு ஒரு அம்மா வேணாமா?” என்றார் அழகர்.

இரு குழந்தைகளையும் தன்னோடு இறுகப்பிடித்துக்கொண்டு நின்றிருந்த இராமசாமி “என் வயசுப் பசிக்கு நான் இன்னொருத்தியக் கொண்டுவந்து வச்சா, இந்தப் பிள்ளைகளோட வயித்துப்பசியக்கூட பாத்துக்க முடியாம போயிடும்ணே, வேணாம்ணே, நானே இவங்கள பாத்துக்கிறேன். எனக்கு பொண்டாட்டினா, அது இந்த ஜென்மத்தில லட்சுமி மட்டும் தான். இதுகளுக்கு அம்மா வேணும்னா அது நானா இருந்துட்டு போறேன்” என்றான் முடிவாக.

❖ ❖ ❖

"இங்க பாரு இராமசாமி, தாயும், பிள்ளையும் ஒன்னா இருந்தாலும், வாயும், வயிறும் வேறதான். இருக்குறத எல்லாம் ரெண்டுக்கும் பிரிச்சு குடுத்திட்டு, நாயாட்டம் இங்கயும், அங்கயும் லோல்பட்டு அலையாத, காக்காசுனாலும், கைல வச்சிருந்தாத்தான் உனக்கு மதிப்பு"னு அழகர் சொல்ல.

"என்னண்ணே இப்பிடிச் சொல்லிட்ட, எல்லாப் புள்ளைங்களும் என் புள்ளைங்க ஆயிடுமா? பாத்துப் பாத்து வளத்து, அதுங்களுக்கு இஷ்டப்பட்டவங்கள கல்யாணம் பண்ணி வச்சிருக்கேன். நான் பட்ட கஷ்டத்த பாத்துப் பாத்து வளந்தவங்க. என்ன கஷ்டப் படுத்துவாங்களா?' என்றார் இராமசாமி.

அதற்குமேல் ஒன்றும் சொல்லாமல் நடந்த அழகரை "அண்ணே அண்ணே" என்று இராமசாமி அழைக்க...

❖ ❖ ❖

"ஐயா... ஐயா..." என்று யாரோ இராமசாமியை உலுக்க, திடுக்கிட்டு விழித்தார் இராமசாமி.

"ச்சே... கனவா?... எல்லாம் இப்ப நடந்த மாதிரியே வருதே" என்று வாய்விட்டுக் கூறினார். அப்போதுதான் அவருக்கு அருகில் ஒரு நடுத்தர வயது ஆள் கையில் துடைப்பத்துடன் நிற்பது தெரிந்து சுதாரிப்பானார்.

"ஐயா ரயில் நிண்டு ரொம்ப நேரம் ஆச்சு. இறங்குங்க, எல்லாரும் போயிட்டாங்க" என்றார் அந்த ஆள்.

அப்போதுதான் இரயில் தன் பயணத்தை நிறுத்தி ஓய்வெடுத்துக்கொண்டிருந்தது தெரியவந்தது. இது எந்த ஊர்? தன் ஊருக்கு வந்துவிட்டோமா?, எனச் சுற்றிலும் பார்த்தார். தனக்குப் பழக்கமில்லாத ஒரு ஊரின் பெயரை வாசித்ததும் மனது கனத்தது. அப்போதுதான் புரிந்தது, தன் அருகில் அமர்ந்திருந்த தன் குடும்பத்தினரைக் காணவில்லை என்று. எதையாவது வாங்கச் சென்றிருப்பார்கள் என்றாலும், குடும்பத்தில் அத்தனை பேரும் எப்படி வெளியே சென்றிருக்க முடியும்? என்ற நினைப்புதான் அவருக்கு உணர்த்தியது, தன்னை விட்டுவிட்டு அவர்கள் வழியிலேயே இறங்கிவிட்டனர் என்று. இந்த நிலை வருமென்று கனவிலும் நினைக்கவில்லை. கையில் பணம் எதுவுமில்லை. இரயில்வே ஸ்டேசனில் புகார் கொடுக்கலாம் என்றால் தான் தொலைந்து போகவில்லை, வேண்டுமென்றே தொலைக்கப்பட்டுவிட்டோமென்று புரிந்ததும், வேண்டாமென்று தலையாட்டினார்.

இனி அடுத்த வேளை சோறுக்குக்கூட அடுத்தவரிடம் கையேந்த வேண்டியதுதான், திரும்ப ஊருக்குப்போக வேண்டுமென்றாலும் இதே நிலமைதான். பிச்சை எடுக்க விட்டுவிட்டார்களே! என்று பல்லைக்கடித்துக்கொண்டு அழுதார். இந்த வயதில் அழுவதுகூட பாரமாகத்தான் இருந்தது. அங்கிருக்கும் அனைவரும் இவரை வேடிக்கைப்பார்த்தனர், கூச்சமும், இயலாமையும், கைவிடப்பட்ட எண்ணமும் ஒரு சேர மனதில் தோன்ற தேம்பித்தேம்பி அழ ஆரம்பித்தார். இனி ஊருக்குப்போகக்கூடாது என முடிவு செய்த இராமசாமி, இந்த நிலையிலும் தன்னைத்தானே மாய்த்துக்கொள்ள முடியாத தன் சுயத்தை நினைத்து நொந்துக்கொண்டார். ‘அது சரி சாவணும்னா, எப்பயோ செத்துருக்கணும்’ என்று புலம்பினார்

கண்ணீரின் வடுக்கள் கன்னத்தில் வழிந்திருக்க, கரிக்கட்டையாய் நடந்தார். வாழ்க்கை தன்னை இனி எப்படி வாழப்பணிக்கிறதோ. அப்படியே வாழ்வதென முடிவெடுத்த இராமசாமி, அருகில் இருந்த ஒரு பேருந்து நிறுத்தத்தின் திட்டுகளில் படுத்து, அப்படியே உறங்கிப் போனார். இரவு ரோந்துக்கு வந்த போலீசார் இராமசாமியை எழுப்ப, திருதிருவென முழித்துக்கொண்டிருந்தவரை, ஸ்டேசனுக்கு அழைத்துச் சென்றனர். தான் யாரென்ற உண்மையைச் சொன்னால் எங்கே தன்னைத்தன் குடும்பத்தினருடன் அனுப்பிவிடுவார்கள் என்பதால் அமைதியாகவே இருந்தார். எந்தவித பதிலும் வராததால் கோபத்தில் ஓங்கி இராமசாமியின் கன்னத்தில் அறைந்தார் இன்ஸ்பெக்டர். கீழே விழுந்த இராமசாமியை எட்டி உதைத்தவர், “காலைல என் கண்ணுலயே படக்கூடாது, யோ! கான்ஸ்டபிள் காலைல இந்த நாய் இங்க இருக்கக்கூடாது, திரும்ப என் கண்ணுல பட்ட உன்ன தொலச்சுடுவேன்” என்று மிரட்டி விட்டு அங்கிருந்து நகர்ந்தார். இரவெல்லாம் கைதியோடு கைதியாக அடைத்து வைக்கப்பட்ட இராமசாமியின் மனஓட்டம் வெறுமாதிரியாக இருந்தது.

காலையில் காவலர் வந்து இராமசாமியை எழுப்பினார். திரு திருவென முழித்தவர், ஈ... ஈ... ஈ... என பற்கள் எல்லாம் தெரிய சிரித்தவர் “பசிக்குது ஏதாவது வாங்கித்தா பசிக்குது ஏதாவது வாங்கித்தா” என வெகுளியாய்க் கேட்டார்.

புத்தி பேதலித்த இராமசாமியின் நிலை புரிந்த காவலர் அவரையே பார்த்துக் கொண்டிருந்தார்...

7

இருள்

தலைமுடி பிசுபிசுத்து ஈரம் கன்னத்தைத் தொட்டது. தொட்ட இடம் ஊற, சொரிந்து கொண்டான். ஈரம் நகர்ந்து கன்னம் நனைத்து ஊர்ந்து சென்று தொப்புள் குழியில் சில்லென்ற உணர்வை ஏற்படுத்த திடுக்கிட்டு எழுந்தான். எங்கு இருக்கிறோம்? என்று உணரவே கொஞ்சம் நேரம் ஆனது. இப்போது ஈரம் அவன் பாதம் தொட்டு கடந்து சென்றிருந்தது. மினுக்கென்று எரிந்து கொண்டிருந்த விளக்கு ஒளியில் இப்போது தான் எல்லாம் தெளிவாகத் தெரிந்தது.

"விஷ்வா ஏன் நிக்கிற உக்காரு" என்ற ஆசிரியரின் வார்த்தைகள் அவன் காதில் விழுந்ததாகத் தெரியவில்லை. கைகளால் அவன் உடல் முழுவதும் தடவிக் கொண்டான். சட்டையை உதறினான். கால்களை மேலே தூக்கித் தூக்கி உதறினான். ஈரம் பிடித்து, உடல் பிசுபிசுத்துக் கிடப்பதாய் அவனுக்குத் தோன்றியது.

"விஷ்வா, சொல்றது காதுல விழுகலையா, உட்காரு, ஏன் இப்பிடி நின்னுட்டு டான்ஸ் ஆடிட்டு இருக்க என்றார் ஆசிரியர் பாண்டியன். அவனின் செயலைப் பார்த்த மற்ற மாணவர்கள் சிரித்தனர். அங்கு நடப்பது எதையும் அவன் உணர்ந்ததாகத் தெரியவில்லை.

"சார் இப்பிடித்தான் சார், அப்பப்ப ஏதாவது லூசுத்தனமா பண்ணிட்டு இருக்கான்" என்ற மணிமாறனைப் பார்த்த பாண்டியன், மெதுவாக விஷ்வாவின் தோளைப் பிடித்து ஒரு

உலுக்கு உலுக்கினார். அமைதியாக அவன் தலையை தடவியவர், “இந்தா குடி” என்று தண்ணீர் பாட்டிலை அவனிடம் நீட்டினார்.

அடிக்கடி வகுப்பு நேரங்களில் இப்படி நடந்து கொள்ளும் அவனைப் பார்க்க பாவமாகத்தான் இருந்தது. அந்த நேரத்தில் அவன் முகத்தில் அவ்வளவு உணர்ச்சிகளைக் காட்டி ஏதேதோ செய்வான். அப்போதைக்கு தண்ணீர் கொடுப்பதோடு சரி. அவனின் பிரச்சினையைப் பற்றி அவன் பெற்றோரிடம் பேச எத்தனை முறை அழைத்து வரச் சொல்லியும் இதுவரை வரவில்லை.

பாண்டியனுக்கு அந்த நாள் முழுவதும் விஷ்வாவின் நினைப்பாகவே இருந்தது. ‘இந்த வயதில் தன்னிலை மறந்து ஏதாவது செய்யும் அளவிற்கு அந்த மாணவன் மனதில் அப்படி என்ன காயம் இருக்கும்?’ என்ற நினைப்பு அவரின் நேரங்களைத் தின்று கொண்டிருந்தது.

திடீரென எங்கோ பார்த்து ‘ஆ... ஆ...’ எனக் கத்துவான். அருகில் இருக்கும் மற்ற பிள்ளைகள் பயந்து ஒதுங்கி விடும். அவனோ எதுவும் தெரியாதவன் போல கால் முட்டிகளை ஒன்றாகக் கட்டிக்கொண்டு முகத்தைப் புதைத்துக்கொள்வான். இன்று நடந்ததுபோல் அடிக்கடி வகுப்பறையில் நடக்கும். அப்போதெல்லாம் அவனைப் பார்க்க பாவமாக இருக்கும். கண்களில் அவ்வளவு பயம் பொங்கி வழியும்.

ஆசிரியர் பாண்டியன் மாணவர்களை எப்போதும் பரிவுடனும், அக்கறையுடனும் அணுகுபவர். "குழந்தைங்க சார் அவங்க", என்றுதான் எப்போதும் ஆரம்பிப்பார். மாணவர்களின் கல்வி நிலையை மேம்படுத்தக் காட்டும் அக்கறைக்குச் சமமாக, அவர்களின் மனநிலைக்கும், குடும்பச் சூழலுக்கும் முக்கியத்துவம் தருபவர். எப்போதும் அவரைச் சுற்றி மாணவர்களின் கூட்டம் இருக்கும். அவர் என்றால் அவர்களுக்குப் பிடிக்கும்.

தன் வீட்டில் இருப்பவர்களைப் பற்றி, வகுப்பறையில் எப்போதாவது பேசும்போதுகூட, தன் மனைவியை "உங்க அம்மா இன்னக்கி வீட்டுல" என்றுதான் பேசுவார்.

அவர் தன் மகளைப் பற்றி பேசும்போது "உங்க அக்கா" இன்னக்கி என்று தான் தொடங்குவார். தன் மாணவர்களைத் தன் குடும்பமாகப் பார்த்துப் பழகும் ஆசிரியர் அவர். இராணுவ

முகாமில் ஏற்பட்ட ஒரு விபத்தில் தன் மகனை இழந்திருந்தார். அந்த இழப்பு அவரைப் பெரும் அமைதிக்குள் ஆழ்த்தியிருந்தது.

"இன்னக்கி உங்க அண்ணனுக்குப் பிறந்தநாள், அவன் மட்டும் இப்ப உயிரோட இருந்திருந்தா..." என்று கண் கலங்குவார். தன் மகளின் திருமணத்தில் மாணவர்களுக்கென்று ஒரு பந்தி நடத்தியவர். மாணவர்களும், "எங்க பாண்டியன் சார்" என்றுதான் மற்ற ஆசிரியர்களிடம் அவரைப் பற்றிப் பேசும்போது சொந்தம் கொண்டாடுவார்கள்.

❖ ❖ ❖

"அறிவு வேணாம், இவ்வளவு பெரிய ஆளா இருக்கீங்களே, கொஞ்சமாவது கவனம் வேணா" என்று பாண்டியனைப் பார்த்துத் திட்டிக்கொண்டிருந்தாள் தெய்வானை.

"எப்பதான் பொறுப்பா இருக்கப் போறீங்களோ? ஒரு ரூவா, ரெண்டு ருவாவா, ரெண்டு லட்சத்த இப்பிடி ஒரு நிமிசத்தில தொலச்சிட்டு வந்து நிக்கிறீங்களே? உங்கள என்னா பண்ணித் தொலையிறது..?" என்றாள் அழுதுகொண்டே.

இந்த நாள் இப்படி இருந்திருக்கக் கூடாதுதான். ஒரு நிமிடத்தில் எல்லாம் தலைகீழாகிவிட்டது. வங்கியில் பணம் போடுவதற்காக பைக் கவரில் இரண்டு இலட்சம் ரூபாயை எடுத்துச் சென்ற பாண்டியன், ஏதோ ஒரு ஞாபகத்தில் பணத்தை எடுக்காமல் வங்கிக்குள் சென்றுவிட்டார். ஒரு நிமிடம்தான், மீண்டும் வெளியே வந்து பார்த்தால் கவரில் பணம் இல்லை.

யாரைக் கேட்பது? என்ன செய்வது என்று தெரியாமல், அம்மாவைத் தொலைத்த குழந்தை போல் அழுதுகொண்டு இருந்தார். எல்லோரும் நிம்மதியாய் இருக்கும்போது தனக்கு மட்டும் இப்படி நடப்பதாகப்பட்டது.

"இந்த வேலையெல்லாம் இல்லனா பிச்சை எடுத்து பொழைக்கக்கூட நீங்க லாயக்கு இல்ல" என்ற தெய்வானையின் வார்த்தையால் நிலைகுலைந்து போனார். ஆறுதல் தரும் வார்த்தைகள் அவளிடம் இருந்து எப்போதும் வராது. தன்னை அவமானப் படுத்திக் கொண்டே தான் இருப்பாள். இராணுவத்தில் மகன் இறந்ததிலிருந்தே தெய்வானை, பாண்டியனுக்குத் தூரமாகிப் போனாள். வீட்டில் எல்லோருடைய எதிர்ப்பையும் மீறி மகனைப் பட்டாளத்துக்கு அனுப்பியிருந்தார். மகன் இறப்பிற்கு இவர்தான்

ஒரே காரணம் என்பதே தெய்வானையின் விலகலுக்கும், இப்படி வார்த்தைகளை வீசி எறிந்து பேசுவதற்கும் மூலாதாரம் ஆனது.

மகளின் திருமணத்தன்று ஒன்றல்ல, இரண்டு தங்க மோதிரத்தைத் தொலைத்து விட்டார். முகம் கழுவும் போது கழட்டி வைத்துவிட்டு முகம் கழுவியவர், அப்படியே மறந்து வந்து விட்டார். மண்டபத்தில் இருந்தவர்களில் யார் எடுத்தார்கள் என்பதை எப்படிக் கண்டுபிடிக்க முடியும்? இன்று இரண்டு இலட்ச ரூபாய். இப்படிக் கொஞ்சமும் பொறுப்பில்லாமல் இருக்கிறாரே என்று இதுவரை அவர் செய்த எல்லா காரியங்களையும் இட்டுக்கட்டி ஓதிக்கொண்டிருந்த தன் மனைவியைக் கோபமாகப் பார்த்துவிட்டு வீட்டை விட்டு வெளியே வந்து விட்டார்.

அரைநாள்தான் விடுப்பு எடுத்திருந்தார். வங்கிக்குச் சென்றுவிட்டு பள்ளிக்குச் செல்லலாம் என்றிருந்தார். ஆனால் பணத்தைத் தொலைத்துவிட்டு, போலீஸ் ஸ்டேஷன் என்று அலைந்தது மட்டுமில்லாமல், வீட்டிலும் பிரச்சனை என்பது அவரை ஒரு பாடு படுத்தியிருந்தது. போலீஸ் ஸ்டேஷனிலும் இன்ஸ்பெக்டர் தன் பொறுப்பின்மையைப் பெரிதாகப் பேசியது மட்டுமல்லாமல் மரியாதைக் குறைவாக சில வார்த்தைகளை உதிர்த்ததும் பாண்டியனுக்கு ஒரு மாதிரி இருந்தது. மணி இரண்டு காட்டியது. மதிய வகுப்புகள் ஆரம்பித்திருக்கும். இருந்தாலும் பரவாயில்லை என்று பள்ளியை நோக்கி நடந்தார் பாண்டியன். நடை வழக்கமானதாக இல்லை.

"யோ! கொஞ்சமாவது அறிவு இருக்கா உனக்கு? லேட் ஆகும்னா ஃபோன் பண்ணிச் சொல்ல மாட்டியா? அர நாள் லீவு கேட்டுட்டு 2.10க்கு வந்து நிக்கிற..." என்ற தலைமையாசிரியரிடம் தன் நிலையை எப்படிப் புரியவைப்பதென்று தெரியாமல் அமைதியாக நின்றார்.

"வீட்டுல ஒரு பிரச்ன சார்... அ...தா... என்று வார்த்தைகளை முடிக்கும்முன், "எனக்குக்கூடத்தான் ஆயிரத்தெட்டுப் பிரச்னை இருக்கு, அதுக்கு ஸ்கூல இழுத்து மூடிடலாமா? தகவல் இல்லைன்னு போட்டுட்டேன். சாயங்காலம் வீட்டுக்குப் போகும்போது விளக்கம் எழுதிக் குடுத்துட்டுப் போ! இப்ப போயி வேலையப் பாரு, இன்னோரு தடவ இது மாதிரி நடந்தா ஓலைதான் குடுப்பேன். இதுவே முதலும் கடைசியுமா இருக்கட்டும்... போ..." என்றார் தலைமையாசிரியர்.

தனது நிலையை நினைத்து நொந்துகொள்வதைத் தவிர வேறொன்றும் செய்வதற்கில்லை என்பதால் அடுத்தப் பாடவேளை எந்த வகுப்பு என அட்டவணையைப் பார்த்துக்கொண்டே நகர்ந்தார் பாண்டியன்.

கண்கள் இருள் கட்டியது. தலை கனத்தது. அழுகை முட்டிக்கொண்டு வந்தது. வீட்டிலும் மரியாதை இல்லை, வேலை செய்யும் இடத்திலும் மரியாதை இல்லை எதற்கு உயிர் வாழ வேண்டும் என்ற நினைப்பு வந்தது. ஏனோ அவரை அறியாமல் மகனின் உருவம் மனதில் தோன்ற கண்களில் வழிந்த கண்ணீரை யாரும் பார்க்கும்முன் துடைக்கும் அவசரம் தெரிந்தது.

தெரிஞ்சே யாராவது காச காணாக்குவாங்களா? நான் என்ன வேணும்னேவா செஞ்சேன். ஏன் தெய்வான இத புருஞ்சுக்கவே இல்ல? பள்ளிக்கூடத்துக்கு வந்தாலாவது கொஞ்சம் நிம்மதியா இருக்கும்னு பாத்தா, அதுவும் நம்ம தலைல ஏறி உக்காந்து ஆடுது. என் நெலமைய யாருகிட்ட சொல்லி அழுறது. ஆண்டவா என்ன மட்டும் ஏன் இப்பிடி சோதிக்கிற? என மனதுக்குள் புலம்பிக்கொண்டே நடந்தார். இந்தப் பாடவேளை முடிய இன்னும் 10 நிமிடம் இருந்தது. இப்படியே அழுது வடிந்த முகத்தோடு செல்ல மனமில்லாமல் ஓய்வரைக்குச் சென்று அமர்ந்தார். சிறு குழந்தை போல் தேம்பித் தேம்பி அழ ஆரம்பித்துவிட்டார். ஓய்வரையில் மற்ற ஆசிரியர்கள் யாரும் இல்லாதது பாண்டியன் அழுவதற்கு வசதியாக இருந்தது.

"அதான... யோ பாண்டியன், உனக்கு இன்னக்கி என்ன ஆச்சு?" என்று கத்திக்கொண்டு வந்த தலைமை ஆசிரியர் ஓய்வரைக்கு வெளியே நின்றுகொண்டு பாண்டியனை அழைத்தார். அவசராவசமாக கண்ணீரைத் துடைத்துக் கொண்டு வெளியே சென்ற பாண்டியனை " வந்தது லேட்டு, இதுல ஐயா விருந்து சாப்பிட்டுட்டு ஒரு குட்டித் தூக்கம் போடுற மாதிரி படுத்திருக்க, வகுப்புக்கு போற மாதிரி நெனப்பு இல்லையா?" என்று கேட்டவரிடம், "இந்தா போறேன் சார்" என பதிலளித்து விட்டு நகர்ந்தார்.

அடுத்தப் பாடவேளை இரண்டு முப்பது மணிக்கு. பத்தாம் வகுப்பு, முதல் மாடிக்கு செல்ல வேண்டும். சுய நினைவே இல்லாமல் நடந்த பாண்டியன், தான் செல்ல வேண்டிய வகுப்பறையைக் கடந்து சென்றுகொண்டிருந்தார். "சார்... சார்...

இப்ப டெந்த் சார்" என்று கத்திக் கொண்டே வந்த மாணவன், பாண்டியனின் கையைத் தொட்ட போதுதான் சுயநினைவுக்கே வந்தார்.

கோபமும், ஆற்றாமையும், ஏமாற்றமும் கலந்த அவர் முகத்தைப் பார்த்ததுமே வகுப்பறை தானாக அமைதியானது.

"இப்பிடி ஒரு பொழப்பு பொழைக்கிறதுக்கு நாண்டுட்டு சாகலாம்" என்ற வார்த்தை காதில் விழுந்து கொண்டே இருந்தது. என்னென்னவோ சொல்லித் தன்னைத் தானே சமாதானம் செய்துகொள்ளப் பார்த்தார், முடியவில்லை. மாணவர்கள் முன் அழக் கூடாது எனத் தன்னைக் கட்டுப்படுத்தப் பிரயத்தனப்பட்டுக் கொண்டிருந்தார்.

"அமைதியா ஏதாவது எடுத்துப் படிங்க" என்றார். பாகனின் வார்த்தைக்குக் கட்டுப்பட்ட யானை போல் புத்தகத்தை விரித்து வைத்தனர் மாணவர்கள். ஆனால் யாரும் புத்தகத்தைப் பார்க்கவில்லை. இன்று வேறு மாதிரியாகத் தெரியும் பாண்டியனையே பார்த்துக்கொண்டிருந்தனர்.

"எம்மூஞ்சியுல என்ன படமா ஓடுது? இங்க என்ன பார்வ, புத்தகத்தப் பாருங்க ABCDகளா" என்றார். மாணவர்களை அவர் இப்படித்தான் திட்டுவார். அவரின் அதிகபட்ச திட்டும் வார்த்தையே ABCDதான்.

ஆனால் அவரின் இந்த ஆற்றாமை அவருக்கு இன்னும் கோபத்தை அதிகப் படுத்திக்கொண்டே இருந்தது. மனதுக்குள் எரிந்து கொண்டிருந்தார். தனக்கு மட்டும் ஏன்? தான் மட்டும் ஏன்? என மீண்டும் மீண்டும் கேட்டுக் கொண்டிருந்தார். பல்லைக் கடித்துக் கொண்டு மேஜையில் ஒரு குத்து குத்தினார். வகுப்பறையை விட்டு வெளியே வந்து நின்று கொண்டார்.

எப்போதும் கடினமான சூழ்நிலையை கூட இலகுவாக மாற்றும் பாண்டியன், இப்போது இவ்வளவு கடினமாக நடந்து கொள்வது மாணவர்களுக்குப் பயமாக இருந்தது.

வகுப்பறை மயான அமைதியானது. மாணவர்களுக்கு ஒன்றும் புரியவில்லை. இந்தச் சூழ்நிலையில் என்ன ஏதென்று அவரிடம் கேட்கும் தைரியமும் யாரிடமும் இல்லை. அமைதி அந்த வகுப்பறையை இன்னும் இறுக்கிக் கொண்டது.

தலைமுடி பிசுபிசுத்து ஈரம் கன்னத்தைத் தொட்டது. தொட்ட இடம் ஊற, சொரிந்து கொண்டான். ஈரம் நகர்ந்து கன்னம் நனைத்து ஊர்ந்து சென்று தொப்புள் குழியில் சில்லென்ற உணர்வை ஏற்படுத்த திடுக்கிட்டு எழுந்தான். எங்கு இருக்கிறோம்? என்று உணரவே கொஞ்சம் நேரம் ஆனது. இப்போது ஈரம் அவன் பாதம் தொட்டு கடந்து சென்றிருந்தது. மினுக்கென்று எரிந்து கொண்டிருந்த விளக்கு ஒளியில் இப்போது தான் எல்லாம் தெளிவாக தெரிந்தது.

அம்மாதான் இது. ஆமா, ஆனால் இது அவளோட அழகான மூஞ்சி இல்ல. அம்மா மூஞ்சி இப்பிடி இருக்காது. ஆனா இது அம்மாதான். ஐயோ..! ஏ இப்பிடி படுத்துருக்கா? என்ன ஆச்சு? அம்மா... அம்மா... ஐயோ தலை! அம்மா... அம்மா... இரத்தம்! அப்பா... எந்திரிப்பா..! அம்மா..! ஆ... ஹ்... ஆ... இது அம்மா இல்ல.! அப்பா! இது அம்மா இல்ல..! என்று இரத்தத்தால் மொழுகப்பட்ட தரையில் அழுது துடித்துக் கொண்டிருந்த விஷ்வா வெளியே ஓடினான். மீண்டும் மீண்டும் அம்மா... ஆ... அம்மா... ஆ... எனக் கத்திக்கொண்டிருந்தான். அம்மாவின் கோரமான முகமும், முதுகுப் பக்கம் திரும்பி இருந்த தலையும் அவனை பயமுறுத்தியது. அருகில் படுத்திருந்த அப்பாவும் அசையவே இல்லை. எங்கோ வெறித்துப் பார்த்துக் கத்திக்கொண்டிருந்த அவனைக் கட்டுப்படுத்த மற்ற மாணவர்களால் முடியவில்லை. வழக்கம்போல் அவனின் மனதில் என்ன ஓடிக்கொண்டிருக்கிறது? எதற்காக இப்படி நடந்துகொள்கிறான்? என யாருக்கும் தெரியவில்லை.

திடும்மென விஷ்வாவின் முதுகில் விழுந்த அடி அவனைச் சுற்றியிருந்த மாணவர்களைத் தெறித்து ஓடச் செய்தது. என்ன ஏதேன்று அனுமானிப்பதற்குள் பல அடிகளைப் பெற்றுவிட்டான். பல்லைக் கடித்துக் கொண்டு கோபம் தெறிக்கும் முகத்தைப் பார்த்துபயந்து எல்லா பிள்ளைகளும் ஓடிவிட்டன. அடி வாங்கிய விஷ்வாவோ வலி தாங்காமல், அம்மா... அம்மா... எனத் தேம்பித் தேம்பி அழுதுக் கொண்டிருந்தான். அவன் சட்டையைப் பிடித்து உலுக்கித் தூக்கி நிறுத்தினார் பாண்டியன். அவன் பிடனியில் ஒரு அடி வைத்தார். விஷ்வாவிற்கு என்ன தவறு செய்தோம் என்றே தெரியவில்லை. ஆனால், அடி மட்டும் விழுந்துகொண்டிருந்தது.

"இருக்குற எடம் தெரியாத அளவுக்கு அமைதியா இரு, இன்னொரு தடவை சத்தம் கித்தம் வந்திச்சு மவனே தொலச்சிடுவேன் தொலச்சு" என்ற பாண்டியனை பயத்தோடு பார்த்துக்கொண்டிருந்தான். உடல் நடுங்கியது. தொண்டைக்குழி அடைத்து மூச்சு விட மிகவும் சிரமமாக இருந்தது.. குரல்வளையை நெரித்து வெளிவரும் அழுகையை மேலிழுக்கும் மூச்சுக் காற்றில் கரைக்க முயற்சித்துக் கொண்டிருந்தான். வகுப்பறையே பயந்துதான் இருந்தது. பாண்டியனை இப்படி யாரும் பார்த்ததில்லை.

❖ ❖ ❖

இன்று மூன்றாவது நாள். விஷ்வா இன்றும் பள்ளிக்கு வரவில்லை. அதைப் பற்றி பள்ளியில் ஒருவரைத்தவிர வேறு யாருக்கும் கவலை இல்லை. தான் அடித்ததால்தான் அவன் இன்று வரை பள்ளிக்கு வரவில்லை என பாண்டியனுக்கு ஒருபுறம் உறுத்தல் இருந்தாலும், வேறு ஏதாவது பிரச்சனை இருக்கும், தான் அடித்ததற்கும், அவன் வராததற்கும் சம்பந்தமில்லை என ஒரு புறம் சமாதானம் தேடினார். அப்படி கோவபட்டிருக்கக் கூடாது, ச்சே... என்ன ஏதுன்னு யோசிக்காம அப்பிடி நடந்துக்கிட்டனே. எவ்வளவு கேவலமானவன் நான்' என தன்னைத்தானே திட்டிக் கொண்டார். 'என் மொத்த கோவம், அழுத்தத்த அந்த பிஞ்சு மேல கொட்டிட்டனே, அந்த உடம்பு எப்பிடி துடிச்சிருக்கும்!' என மனதுக்குள் நினைத்து நினைத்து நொந்துகொண்டார்.

சட்டைப்பையில் இருந்த விஷ்வாவின் வீட்டு முகவரியை எடுத்து ஒரு முறை வாசித்துப் பார்த்துக்கொண்டார். பக்கத்து ஊருதான். இன்று அவனைப் பார்த்தே ஆக வேண்டும் என்ற நினைப்போடு வண்டியைக் கிளப்பினார்.

"அவங்க இங்க இல்லீங்களே, சென்னைல இருக்குற அவங்க பையன் வீட்டுக்குல போயிருக்காங்க, திரும்பி வரமாட்டாங்கன்னுதான் நினைக்கிறேன்" என்ற பக்கத்து வீட்டுக்காரரிடம் வேறு என்ன கேட்பது எனப் புரியாமல் சில நொடிகள் நின்றிருந்த பாண்டியன், "அப்ப அந்தப் பையன் படிப்பு..?" என்றார் தயங்கியவாறே.

"அந்தம்மா பாவம் சார். வயசான காலத்துல அந்தப்பையன சமாளிக்க முடியல. இங்க இருந்தா அவனப் பாத்துக்கிறது ரொம்ப

கஷ்டம், அதான் அவங்க பையன் வந்து கூட்டிட்டு போயிட்டான். ரெண்டு நாள் முன்னாடி அவன் பாட்டுக்கு நடு ராத்திரில சுயநினைவே இல்லாம எழுந்து நடக்க ஆரம்பிச்சிட்டான். நல்லவேள ராத்திரி ரெண்டாவதாட்டத்துக்குப் போனவங்க படம் முடிஞ்சு வரும்போது பாத்துக் கூட்டிட்டு வந்திருக்காங்க. கேட்டா அம்மாட்ட போகணும்னு சொல்லிருக்கான். அப்பனாத்தாள அந்தக் கோலத்தில பாத்தா யாருக்கும் எம்புட்டு பெரிய ஆளா இருந்தாலும் மனசு தாங்காது. அது பிஞ்சு பாவம், என்னா பண்ணும்?" என்றவரை ஒன்றும் புரியாமல் பார்த்தார் பாண்டியன்.

அவர் பார்வையின் அர்த்தத்தைப் புரிந்துகொண்டவர் போல், "அவங்கப்பன் குடி போதைல பொண்டாட்டிய கழுத்தறுத்து கொண்ணுட்டான் சார், போதை தெளிஞ்சதும் பயத்துல கைய அறுத்துக்கிட்டான். ரெண்டு பேரையும் அந்தக் கோலத்துலப் பாத்ததில இருந்து அவன் ஒரு மாதிரி ஆயிட்டான் சார்" என்று அவர் சொல்லி முடிப்பதற்குள் நிலை தடுமாறி அப்படியே உட்கார்ந்து விட்டார் பாண்டியன். கைகளை முகத்தில் புதைத்துக் கொண்டு தேம்பித் தேம்பி அழ ஆரம்பித்துவிட்டார். தன் கன்னத்தில் தானே அடித்துக் கொண்டு, "இப்பிடி பண்ணிட்டியே" என்று கத்தினார்.

அன்று தான் அப்படி நடந்துகொண்டதற்கான தன் சூழ்நிலையை விஷ்வாவின் சூழ்நிலையோடு ஒப்பிட்டுப் பார்த்தார். தானே தன் முகத்தில் உமிழ்ந்து கொள்ள வேண்டும் போல் இருந்தது. நடை தள்ளாடியது. கண்களில் இருள் சூழ்ந்தது. ஏனோ இப்போது மகனின் முகத்தை நினைத்துப் பார்த்தார். ஆனால் எவ்வளவு முயற்சித்தும் விஷ்வாவின் முகமே பாண்டியனின் மனதில் நிழலாடிக்கொண்டே இருந்தது. வந்த பாதை மறந்து எங்கோ நடந்துகொண்டிருந்தார். சூரியன் மெதுவாகத் தன்னை மேகத்திற்குள் மறைத்துக்கொண்டிருந்தது.

✦ ✦ ✦

8

உத்தரம்

“வேணாம் வேணாம்னு எவ்ளோ சொன்னேன், சொல்ற பேச்சே கேக்குறதில்ல. பெரிய பொண்ணாயிட்ட, ஒரு வார்த்த சொன்னாக் கேட்டாத்தான ஆகும். தலத்தலயா அடிச்சுக்கிட்டேன், இப்பப் பாரு கால வீங்க வச்சுட்டு வந்து உட்காந்திருக்க. உன்ன யாரு இப்ப வேலைக்குப் போயி எனக்குக் கஞ்சி ஊத்த சொன்னா?" என்று சரஸ்வதியைக் கடிந்துகொண்டான் பழனி.

“இல்லப்பா, தலையில சும்மாடு கழண்டு, பானல் சாஞ்சுருச்சு, செங்கல் காலுல விழுந்துடுச்சுப்பா" என்றாள் கண்ணீர் மல்க.

“சரி இந்தக் களிம்பப் போடு, சரியாயிடும். மெடிக்கல்ல சொல்லித்தான் குடுத்தாங்க. ஓனர் கிட்ட ஒரு மணி நேரத்துல வர்றேன்னு சொல்லிட்டு வந்தேன். நான் கடைக்கிப் போறேன். ஒன்னும் சமைக்க வேணாம், நான் வரும்போது பொரட்டா வாங்கிட்டு வரேன். சரியா"

“ம், சரிப்பா" என்றாள், கால் ரணத்தைத் தாங்கிக்கொண்டு. அந்த வார்த்தையில் தைரியத்தை வரவைத்துக்கொண்டாள் பழனியின் துயரம் குறையட்டுமென்று.

“ஏன்டா பழனி, பொண்ணுக்கு என்ன ஆச்சு?" என்ற முதலாளியின் வார்த்தைக்கு, " ஒன்னும் இல்லண்ணே, சனி ஞாயிறு இஸ்கூலு லீவுல, நம்ம கிருஷ்ணன் மேஸ்திரிகிட்ட செங்க செமக்கப் போச்சு, கால்ல கல்ல போட்டுட்டு வந்து நிக்கிது. கால் வீங்கி, இரத்தம் கட்டிக்கிச்சுண்ணே, அதான் களிம்பு வாங்கிக் குடுத்துட்டு வர்றேன்" என்றான் கவலை கலந்த வார்த்தைகள் அவன் முகத்தில் ரேகையெனப் படர்ந்தது.

“ஏன்டா படிக்கிறப் பிள்ளைய இப்பிடி வேலைக்கு அனுப்பிக் கால ஒடச்சு உட்கார வச்சிட்டியே, இப்ப அது வேலைக்குப் போயித்தான் நீ சாப்டனுமா, ஒத்தப் பிள்ளைய வச்சுகிட்டு அத ஒழுங்காப் பாத்துக்க முடியாதா?" என்று கடிந்த அகமது பாயிடம் என்ன சொல்வதென்று தெரியாமல் அமைதியாக நின்றான் பழனி.

“இவன் குடிக்கிறத கொறச்சாலே அந்தப் பிள்ளைய வேற நல்ல பள்ளிக்கூடத்துல படிக்க வைக்கலாம். குடிகாரப்பய குடிச்சே பொண்டாட்டிய பொதச்சுட்டான், இப்பப் புள்ளைக்கு காத்துட்டு இருக்கான் போல" என்றான் உடன் வேலைப் பார்க்கும் கருப்பசாமி.

“டேய் ரொம்ப ஓவரா பேசாத, இங்க வந்து இந்த அடுப்பு பக்கத்துல ஒரு நாள் முழுக்க நின்னு பாருத் தெரியும், நான் ஏன் தினமும் குடிக்கிறேன்னு" என்றான் கடுப்பாக பழனி.

“எல்லாருக்கும் குடிக்கிறதுக்கு ஒரு காரணம் இருக்கும் உனக்கு இது. நல்லாப் படிக்கிற பிள்ள, கொஞ்சம் பத்தரமாப் பாத்துக்க, அதுக்கு ஒரு நல்ல எதிர்காலத்த அமச்சுக் கொடுத்தாத்தான் உன் பொண்டாட்டி ஆத்மா சாந்தியடையும்" என்றார் அகமது பாய்.

இரவு நெடுநேரம் தூக்கம் வராமல் புரண்டுப் புரண்டுப் படுத்த பழனி, உத்திரத்தில் உருவம் ஒன்று தொங்கிக் கொண்டிருப்பதாகக் கண்களில் தெரிய, திடுக்கிட்டு எழுந்து உட்கார்ந்தான். அருகில் இருக்கும் செம்பு நீரை எடுத்துக் கொஞ்சம் குடித்துவிட்டுத் தன் மகளைப் பார்த்தான். ஆதரவாகத் தலையைத் தடவிக் கொடுத்து, “எஞ்சாமி" என்றான். கண்களில் நீர் முட்டி நின்றது.

“வீம்புக்கார கழுத... இப்பிடி ஒத்த வார்த்தைக்கு தொங்குவான்னு யாரு நெனச்சா... ம்.? யாரு இப்ப குடிக்காம இருக்கா?, போதைல ஒத்த வார்த்த சொன்னதுக்கு, நாண்டுக்கிட்டாளே. இந்தப் பிள்ள மொகத்துக்காகவாது யோசிச்சிருக்கலாம், அப்பிடி என்ன ரோசமோ. விடிஞ்சு பாத்தா வெறகுக் கட்டையாத் தொங்கிட்டு இருந்தா இந்த உத்தரத்தில... என்ன ஏதுன்னு ஞாபகம் இல்ல. வீட்ட சுருட்டி, மொத்தத்தையும் கூடவே கூட்டிட்டுப் போயிட்டா. என்னையும், பாப்பாவையும் தவிக்க விட்டுட்டு. கண்ணீர் கடைக் கண்ணில் வழிந்து நின்றது.

“ஏந்தாயி? இந்தக் காலோட, இன்னக்கி இஸ்கூலுக்கு, போகலன்னா என்னா? கால் சரியாகுற வரைக்கும் வீட்டுல இரு, நான் போயி வாத்தியாருகிட்ட லீவு சொல்லிக்கிறேன்."

“வேணாம்பா, இந்த வருஷம் பத்தாப்புல நல்ல மார்க் எடுத்தா, நல்ல குரூப் கெடைக்கும்பா, எப்படியாவது 490க்கு மேல மார்க் வாங்கனும், வர்ற புதன்கிழமை ஒரு கட்டுரைப் போட்டி இருக்குப்பா, ஸ்கூல் லெவல், அதுல ஜெயிச்சா அடுத்து கல்வி மாவட்டம், அடுத்தடுத்து போனா நல்ல பேரு கிடைக்கும். சர்டிபிகேட் கிடைக்கும்பா" என்று ஏதேதோ சொல்லிக்கொண்டே சென்ற மகளைக் கண் இமைக்காமல் பார்த்துக் கொண்டே இருந்தான் பழனி.

“சரிம்மா... இப்பத்தான் ஞாபகம் வருது. வரும்போது ஏடிஎம்ல மறக்காம காச எடுத்துட்டு வந்துடுறியா? கந்து கட்டணும்" என்றவனுக்கு, ‘சரி’ என்று தலையாட்டி விட்டு நகர்ந்தாள்.

எட்டாவதுல ஏதோ பரிச்ச, அதுல பாஸ் பண்ணினா மாசம் 1000 ஸ்காலர்ஷிப், பள்ளிக்கூடம் முடிக்கந்தன்னியும் குடுப்பாங்கன்னு மட்டும் சொல்லிச்சு, மவராசி, இப்ப படிக்கிறப்பவே சம்பாதிச்சுக் குடுக்குது. எத்தன பரிசு, எத்தன மெடலு. ம்ம்... இது இங்க பொறக்க வேண்டியது இல்ல. பெத்த மனுசிக்குதான் பாக்கக் குடுத்து வைக்கல, என்று மனதில் புலம்பியவாரே கடைக்குக் கிளம்பினான் பழனி.

“அறிவுகெட்ட முண்டம், மொத்தப் பள்ளிக்கூடமும் உன் மொகரக் கட்டையப் பாக்கணுமா? என்ன எதுக்கெடுத்தாலும் எந்திரிச்சு, எந்திரிச்சு பதில் சொல்லிகிட்டு இருக்க, மனசுல என்ன பெரிய மேதாவின்னு நெனப்பா" என்று சரஸ்வதியைத் திட்டிக்கொண்டிருந்தார் ஆசிரியர் ராமானுஜம்.

“சார் எனக்குப் பதில் தெரிஞ்சது சொன்னேன் சார். இல்லனா நான் ஏன் சார் எந்திரிக்கிறேன்" என்றாள் அழுதுகொண்டே.

“கூடக் கூடப் பேசிட்டு இருந்த, வாய கிழிச்சுடுவேன். கோஎட் ஸ்கூல் இது, நீ ஆட்டி ஆட்டி அலைக்கிறதுக்கு இது இடமில்ல. இந்த இலச்சனத்துல ஸ்கூல் ஃபர்ஸ்ட், டிஸ்ட்ரிக்ட் ஃபர்ஸ்ட் மார்க்குன்னு கனவு வேற. இ..ந்தா ச்சீ... உக்காரு" என்றார் உதாசீனமாக.

நேற்று மாலை பள்ளியில் நடந்த தமிழ் இலக்கிய மன்ற விழாவில், சிறப்பு விருந்தினராக வந்திருந்த பேராசிரியர் ஏழுமலையின் கேள்விகளுக்கு சரஸ்வதி அளித்த பதில்கள் பள்ளிக்கே பெருமை என்றாலும், ஆசிரியர் ராமானுஜத்திற்கு எப்போதும் சரஸ்வதியை பிடிப்பதில்லை. தீண்டாமை ஒரு பெருங்குற்றம், பாவச்செயல், மனிதத் தன்மையற்றச் செயல் என்று எல்லாப் பாடப்புத்தகத்திலும் முதல் பக்கத்தில் அச்சடித்திருந்தாலும் ஆசிரியர் ராமானுஜம் அதையெல்லாம் வாசிப்பதில்லை. அவள் எவ்வளவு உயர்ந்தாலும் தலையில் தட்டி அவளைச் சிறுமைப் படுத்துவதில் ஒரு சுகம் காண்பவர். ஒனக்கெல்லாம் ஒரு வாழ்வு என்று மனசுக்குள் பொசுங்குபவர்.

"சார்" என்ற பியூன் குரலுக்கு,

"என்னப்பா" என்றார் ராமனுஜம், கடுப்பாக.

"சரஸ்வதிய தலைமையாசிரியர் கூட்டிட்டு வரச் சொன்னார் சார்."

கலங்கிய கண்ணுடன் எழுந்து நின்ற சரஸ்வதியை, மொகரைய தொடச்சிட்டு போ" என்றவரை பியூன் கோணல் மாணலாகப் பார்த்துவிட்டுக் கடந்தார்..

"வா, சரஸ்வதி, நேத்து நடந்த இலக்கிய மன்ற விழாவுல, நீ ரொம்ப நல்லாவே பதில் சொன்ன... அந்தப் பேராசிரியர் ரொம்பவே ஆச்சரியப்பட்டார்" என்ற தலைமையாசிரியர்,

"சமீபத்தில் நான் பார்த்த மாணவர்களில் இந்தப் பெண்ணே அதிகப்படியான கேள்விகளுக்கு பதில் சொன்னது, முகத்தில் அறிவின் வெளிச்சம் இருக்கு. இந்தப் பொண்ணுக்கு நல்ல எதிர்காலம் இருக்குனு சொல்லி இந்த 1000 ரூபாயை அன்பளிப்பாக கொடுத்துட்டு போனார், நாளை உன்னோட அப்பாவ கூட்டிட்டு வந்து இத பிரேயர்ல வாங்கிக்க, சரியா?" என்றார்.

இதைக் கேட்டதும், தேம்பித்தேம்பி அழுத சரஸ்வதியை புரியாமல் பார்த்தார்.

காரணம் கூறிய சரஸ்வதியிடம், "அவர நான் கூப்டு பேசுறேன், நீ எதுக்கும் கவலைப்படாத, படிப்பு மேல மட்டும் கவனம் வை. உன்னோட மார்க்குதான் இவங்க வாயெல்லாம் அடைக்கும். முழுப்பரிச்சைக்கு இன்னும் ஒன்ற மாசம்தான்

இருக்கு, கவனம் அது மேல மட்டும் இருக்கட்டும். சரியா, கிளாசுக்குப் போ" என்றார்.

சரியென்று கண்ணீரைத் துடைத்துக் கொண்டே அங்கிருந்து நகர்ந்தாள்.

இப்போதெல்லாம் சரஸ்வதி படிக்கும் நேரம் அதிகமானது. இரவு நெடுநேரம் வரை விழித்திருந்து படித்தாள். அதிகாலையிலேயே எழுந்துப் படிக்க ஆரம்பித்துவிட்டாள். பழனிக்குத் தன் மகளின் உழைப்பு பெருமிதமாக இருந்தது. அவளின் எதிர்காலம் எப்படி இருக்கும்? என்ற நினைப்பே ஏதோ ஒருவித பிரமிப்பை ஏற்படுத்தியது. நாட்கள் இரவு, பகலாக நகர்ந்தது. சரஸ்வதிக்கு ஒரு நாளுக்குரிய இருபத்தி நான்கு மணி நேரம் போதவில்லை. "பரிச்ச நேரம் உடம்பக் கெடுத்துக்காத ஆத்தா, கொஞ்சம் உடம்புலயும் கவனப்படு" என்ற பழனியின் வார்த்தைகளுக்குத் தலையை ஆட்டிக்கொண்டே பள்ளிக்கு நகர்ந்தாள்.

“ஹலோ யாரு சரஸ்வதி அப்பாவா?" என்ற குரலுக்கு,

“ஆமாங்க" என்றான் பழனி, என்னவென்று புரியாத குழப்பத்துடன்.

“நான் சரஸ்வதியோட கிளாஸ் டீச்சர் பேசுறேன், கொஞ்சம் ஸ்கூல் வரைக்கும் அர்ஜென்ட்டா வந்துட்டு போகமுடியுமா?"

“ஏன் மேடம், எதுனா பிரச்சனையா?" பதட்டமானான் பழனி.

“ஒன்னும் இல்ல, சும்மாதான். நீங்க வாங்க" என்ற குரல் டக்கென்று போனை வைத்துவிட்டது.

பள்ளிக்குள் நுழைந்த பழனி, தலைமை ஆசிரியரின் அறைக்கு வெளியே தன் மகள் அழுதுகொண்டே நிற்பதைப் பார்த்து, படபடப்புடன் ஓடிவந்தான்.

“எம்மா, சரஸ்வதி! என்னம்மா ஆச்சு? ஏன் அழுவுற?" என்ற பழனியைப் பார்த்து இன்னும் அதிகமாக அழுதாள்.

“யப்பா நான் ஒரு தப்பும் பண்ணலப்பா, எனக்கு எதுவும் தெரியாது" என்று பழனியை இறுகக் கட்டிப்பிடித்துக் கொண்டு கதற ஆரம்பித்தாள்.

சத்தம் கேட்டு வெளியே வந்த ஆசிரியை மணிமேகலை, இருவரையும் தலைமை ஆசிரியரின் அறைக்குள் அழைத்துச் சென்றார்.

என்னவோ? ஏதோ? என்று உள்ளே சென்ற பழனியை தலைமை ஆசிரியர் உட்காரச் சொன்னார். வேண்டாமென மறுத்த பழனி கைகள் இரண்டையும் கட்டிக்கொண்டு, ஒரு மாணவனுக்குரிய பவ்வியத்துடன் நின்றான். சுற்றும் முற்றும் பார்வை அலைந்தது.

உள்ளே தன்னுடன், ஆசிரியர் ராமானுஜம், வகுப்பாசிரியர் மணிமேகலை, பள்ளிச்சீருடையில் சரஸ்வதியின் வயதை ஒத்த மாணவன் ஒருவன் என நிறைந்திருந்தார்கள். மாணவனது தலை தாழ்ந்திருந்தது. முடியெல்லாம் கலைந்து இருந்தது. அவனுக்கு அருகில் வெள்ளை, வேட்டிச் சட்டையில் கோபமாக ஒரு மனிதர் நின்று கொண்டிருந்தார்.

அட, இது வடக்குத் தெரு ராஜாங்கம்ல, இங்க என்ன செய்யிறாரு, என்ற நினைப்புடன், தலைமை ஆசிரியரைப் பாவமாகப் பார்த்தான் பழனி.

"இங்க பாருங்க பழனி, இன்னக்கி காலைல தமிழ் கட்டுரை நோட்டு திருத்தும் போது, இந்தப் பையனோட நோட்டுல I Love U சரஸ்வதின்னு எழுதியிருக்கு, இவன கூப்ட்டு விசாரிச்சா, இவங்க ரெண்டு பேரும் லவ் பண்றதா சொல்றான். கைல உங்கப் பொண்ணு பெயரோட முதல் எழுத்த காம்பஸ் வச்சுக் கிழிச்சுருக்கான். உங்கப் பொண்ண கூப்ட்டுக் கேட்டா எனக்கு எதுவும் தெரியாதுனு கத்திக் கூப்பாடு போட்டு அழுவுது. பத்தாவது படிக்கிறாங்க, பரிச்ச இன்னும் 20 நாளுல ஆரம்பிச்சுடும். இதுக்கு மேலயும் ரெண்டு பேரையும் பள்ளிக்கூடத்துக்குள்ள வச்சிருக்க முடியாது. ரெண்டு பேரையும் வீட்டுக்குக் கூட்டிட்டுப் போய்டுங்க, பரிச்சை மட்டும் வந்து எழுதட்டும்" என்ற தலைமையாசிரியரின் வார்த்தைகளுக்கு சட்டென்று கண்ணீர் சிந்திவிட்டான் பழனி.

கண்ணீர் வடிய என்ன சொல்வதென்றுத் தெரியாமல் தன் பெண்ணையே பார்த்துக்கொண்டிருந்தான் பழனி.

"சார், அந்த வேசி மக என் பையனை இழுத்துப்போட பாக்குறா. அவ தப்பு பண்ணினதுக்கு என் மகன ஏன் சார் வெளிய அனுப்புறீங்க" என்ற ராஜாங்கம், பழனியைப் பார்த்துக்

கையை ஓங்கிக்கொண்டு வந்தான். கண்ணீரின் சூடு தலைக்கேறிய பழனி,

"யாரடா வேசின்னு சொல்ற" என்று எகிறினான். சரஸ்வதியும் மற்ற ஆசிரியர்களும் தடுத்து இருவரையும் பிரித்தனர்.

"சார், ஞாயமாப் பாத்தா உங்க பையன் மேலதான் தப்பு, ஆனா, அவன் இந்தப் பொண்ணையும் குத்தம் சுமத்துறான், பரிச்ச சமயம், அதுனாலதான், படிப்பு கெடக்கூடாதுன்னு, சஸ்பென்ட் மட்டும் பண்றேன். இதுவே வர்சம் ஆரம்பத்துலனா டி. சி குடுத்து அனுப்பிருப்பேன். அந்தப் பொண்ணு நல்லாப் படிக்கிற பொண்ணு, ஸ்கூல் ஃபேர்ஸ்ட் மார்க் அதுதான் எடுக்கும், எல்லாம் அந்தப் பொண்ணு முகத்துக்கு தான் இவ்வளவும், வெளிய போங்க, இது ஸ்கூலு, உங்க வீடு இல்ல." என்றார் தலைமை ஆசிரியர். வேறு வழியில்லாமல் பழனி, சரஸ்வதியுடன் பள்ளியை விட்டு வெளியே வந்தான்.

பின்னால் வந்து கொண்டிருந்த ராஜாங்கம், தன் மகனிடம் "போயும் போயும், இவ பின்னாடியாடா அலஞ்ச, உனக்கு வேறப் பொண்ணே இல்லையா?, பன்னி சாக்கடைல இருந்தாலும், சந்தனத்துல குளிச்சாலும், அதோட பீ திங்கிற புத்தி போகாதுடா. இதுங்கலாம் பன்னிங்க" என்ற ராஜாங்கத்தை முறைத்த பழனி, சரஸ்வதி அருகில் இருப்பதால் எதுவும் பேசாமல் வீடு திரும்பினான்.

இரவு நெடு நேரம் ஆகியும் வீட்டிற்கு வராத பழனியை எதிர்பார்த்துக் காத்துக் கொண்டிருந்தாள். கதவைத் தாழ் போடாமல் வந்து பாயில் சரிந்தாள். விழித்துக் கொண்டே இருந்தவள், கதவுத் திறக்கும் சத்தம் கேட்டு எழுந்துசென்றாள்.

வெளியில் பழனியைத் தாங்கிக் கொண்டு கருப்பசாமி நின்று கொண்டிருந்தான்.

"இந்தாம்மா கைத்தாங்கலா கொண்டுபோய் படுக்க வை. உங்கப்பா வழக்கம்போல கடைய முடிச்சுட்டு டாஸ்மாக் போனாப்ல. அங்க வந்த ராஜாங்கம் இவங்கூட வம்பிழுக்க, கைகலப்பாயிடுச்சு. அவனுங்க நல்லா சாத்திட்டானுங்க, எதுனாலும் காலைல பேசிக்கலாம், படுக்க வை" என்று பழனியை ஒப்படைத்துவிட்டு நகர்ந்தான்.

பாயில் புலம்பலும், வலியுமாய்ப் படுத்திருக்கும் பழனியைப் பார்க்கப் பாவமாய் இருந்தது சரஸ்வதிக்கு. "நான் உண்மையிலேயே எந்தத் தப்பும் பண்ணலப்பா" என்று அழுதுகொண்டே அப்பனின் மார்பிலேயே கண்ணயர்ந்தாள்.

காலையில் விழித்துப் பார்த்ததில் அருகில் பழனி இல்லை என்பதால் திடுக்கிட்டு எழுந்தாள் சரஸ்வதி. "வலியோட எங்கதான் போயிருக்கோ, திரும்பவும் வம்பு கிம்பு இழுக்கப் போயிருக்குமோ" என்ற கவலையில் வெளித்திண்ணையில் வந்து அமர்ந்தாள். தூரத்தில் பழனி கையில் மஞ்சள் பையுடன் நடந்து வருவது தெரிந்தது.

"உன்னோட துணிமணி எல்லாம் எடுத்து உன் ஸ்கூல் பையில வச்சுக்க, நாளைக்கு நீ திருப்பூர் போகணும்" என்ற பழனியை எதுவும் புரியாமல் பார்த்தாள்.

"எதுக்குப்பா நாம அங்க போறோம்?"

"நாம இல்ல, நீ மட்டும்தான் போற, மூனு வருசம் அக்கிரிமெண்டு, அறுவாதாயிரம் அட்வான்ஸ், மாசம் ஆறாயிரம் சம்பளம், மில்லுல வேலை. இப்பத்தான் ப்ரோக்கர் குமரேசங்கிட்ட பேசி அட்வான்ஸ் வாங்கிட்டு வரேன்" என்றான் பழனி.

"அப்பா, நான் வேலைக்கெல்லாம் போகல, படிக்கணும்பா, பிளீஸ் பா, ஸ்கூலுக்குப் போகலன்னா என்னப்பா, பரிச்ச மட்டும் எழுதலாம்னு சொன்னங்கள்ல, பிளீஸ் பா, நல்ல மார்க் வரும் பா, பெரிய பெரிய கனவெல்லாம் இருக்கு, கெடுத்துடாதப்பா" என்று அழுது, கதறினாள் சரஸ்வதி.

"போதும் நீ படிச்சது. மானம் போயாச்சு, மரியாதை போயாச்சு, போனத எல்லாம் இந்தப் படிப்புக் கொண்டு வந்திடுமா?, உனக்கும், உன் அம்மாவுக்கும் வேசிப் பட்டம் கட்டி ஏலம் விட்டுடுவாங்க, நேத்து என்ன என்ன கேட்டான்? அவன ஒன்னும் பண்ண முடியாம போச்சே! ஊருக்குள்ள பெரிய சாதிக்காரன் அவன். உன்ன நிம்மதியா இருக்க விடமாட்டான். எதுக்கு இந்த வாழ்க்கை. இனி நீ என் சாவுக்கு மட்டும் ஊருக்கு வந்தாப் போதும். கௌம்புறதுக்கு ரெடியா இரு" என்று படபடப்புடன் பேசிவிட்டு நகர்ந்த பழனியைப் பார்த்துக்கொண்டே நின்றாள் சரஸ்வதி.

“எப்பவுமே தப்புத்தப்பாத்தான் முடிவு எடுப்பியாப்பா?” என்று மனசில் கோபமாக எழுந்த கேள்வியைப் போய்க்கொண்டிருந்த அப்பாவின் முதுகில் ஆத்திரத்துடன் வீசி எறிந்தாள்.

உத்திரத்தில் கட்டியிருந்த கயிறு, காற்றுக்கு ஆடிக்கொண்டிருந்தது. சரஸ்வதி அவள் அம்மாவைப் பார்த்ததில்லை. போட்டோவில் பார்த்திருக்கிறாள். அந்தக் கயிற்றில் அவள் அம்மாவின் போட்டோ தொங்கிக் கொண்டிருந்தது. அது அழைப்பதைப்போல இருந்தது. பழனியின் வார்த்தைகள் அவளுக்குள் எதிரொலித்துக் கொண்டிருந்தது.. கயிறையே வெறித்தவள் அருகிலிருந்த நாற்காலி இழுத்துப் போட்டாள்.

கடுங்கோபமாய் வீட்டிலிருந்து கிளம்பிய பழனி வேகவேகமாய் நடந்து கொண்டிருந்தான். நடக்க நடக்க மனம் சமனப்பட்டது. மகள் தன் முதுகில் எறிந்த கேள்வி, நேற்று வாங்கிய அடிகளைவிட வலித்தது. தப்பு பண்ணுகிறோம் என்று உறைத்தது. மகள் உத்திரத்தைப் பார்த்து நின்ற நினைவு தட்ட வீட்டை நோக்கி ஓடலானான்.

வீட்டின் முற்றத்திலிருந்த மரக்கிளைக்கும் வீட்டுத் தூணுக்கும் அந்த உத்திரக் கயிறைக் கட்டிக் கொண்டிருந்தாள் சரஸ்வதி. மூச்சு வாங்க வீடு வந்த பழனி முட்டிகளில் கைகள் ஊன்றித் தவித்தவாறு மகளைப் பார்த்தான்.

“என்ன பாக்குறப்பா? அம்மாவ மாதிரி உன் வார்த்தைக்காகச் செத்துப் போவேன்னு நெனச்சியா? துணிக்கயிறு இத்துப்போச்சு, அதான் மாத்திக்கிட்டு இருக்கேன். நான் படிக்கணும். நீ சொல்றதெல்லாம் கேக்க முடியாது. அவனுக்கு அதிகாரம் இருந்தா, நமக்குன்னு நாலு சனம் இருக்குப்பா...” என்றவாறு முடிச்சை இறுக்கினாள்.

”எந்தங்கமே., என் ஆத்தா... என்னப் பெத்தவளே...” எனக் கத்தியபடி மண்ணில் மண்டியிட்டு மகளின் கால்களைக் கட்டிக்கொண்டு கதறி அழுதான் பழனி.

❖ ❖ ❖

9

அம்ம ஆளு

முதல் நாள் வேலை, கொஞ்சம் பதட்டமாகத்தான் இருந்தது. அதுவும் ஒன்றாம் வகுப்பு, இவன் வகுப்பையும் சேர்த்து மூன்று பிரிவுகள். இரண்டில் பெண் ஆசிரியர்கள், இவன் மட்டும் ஆண். கூண்டுக்குள் அடைப்பட்டதைப்போல் அவன் மனம் படபடத்துக் கிடந்தது.

உமா டீச்சர், அருமையாக பாடல், விளையாட்டு, கதை என்று வகுப்பை ஜனரஞ்சகமாக நகர்த்த, மணியோ ரேடியோவில் கமண்ட்ரி கேட்பது போல் அமர்ந்திருந்தது அவனுக்கே அவன் மீது பாவமாக இருந்தது.

"என்ன சார்... வகுப்பு ரொம்ப அமைதியா இருக்கு, போர்டுலயும் ஒன்னையும் காணோம்" என்று உமா டீச்சர் தட்டிக்கு அந்தப்பக்கம் இருந்து கேட்க, வேகமாக எழுந்து நின்று டீச்சரை அமைதியாகப் பார்த்தான்.

உண்மையில் எங்கிருந்து, எப்படி ஆரம்பிப்பது? என்று தெரியாமல்தான் அந்த நாளைக் கடத்திக் கொண்டிருந்தான். கிட்டத்தட்ட அந்த வகுப்பு மாணவர்களின் மனநிலைதான் அவனுக்கும் இருந்தது.

அம்மணமாய் இருக்கும் கரும்பலகையில் ஏதாவது எழுத வேண்டும் என்பதற்காய் "தமிழ் உயிர் எழுத்துக்கள்" என்று எழுதி வைத்தான். மாணவர்களை மூன்று முறை 'அ' முதல் 'ஔ' வரை எழுதச் சொல்லிவிட்டு அமர்ந்தான்.

வருடத்தின் பிற்பகுதி என்பதால் மாணவர்களுக்கு உயிர் எழுத்துக்கள் எழுதுவதில் சிரமமில்லை. ஆனால் அந்த வகுப்பை அடுத்தக்கட்டத்திற்கு நகர்த்த, அப்பள்ளிக்குப் புதிதாய் வந்த

மணியால் முடியவில்லை என்பதைவிட தெரியவில்லை என்பதே உண்மை.

"மே ஐ கமின் சார்?"

"வாம்மா..."

"சார், புனிதா டீச்சர் உங்களுக்கு டீயும், வடையும் குடுத்துட்டு வரச்சொன்னாங்க" என்று நீட்டினாள் அந்தப் பெண்குழந்தை. வேண்டாம் என்று சொல்வதற்கில்லை. அது தலைமை ஆசிரியையிடம் இருந்து வந்தது.

"என்ன மணி சார், உங்களுக்கு மட்டும் டீ , வடை மேடம் கிட்ட இருந்து வருது. நான் இங்க வந்து ஆறு வருசமாச்சு, ஒரு நாள் கூட எனக்கு அவங்க டீ வாங்கித் தந்தது இல்ல. என்ன விசயம்?" என்ற உமா டீச்சரிடம் "இத நீங்க அவங்க கிட்ட தான் கேக்கணும்" என்றேன்.

✦ ✦ ✦

"என்னடா இது? நேத்து வரைக்கும் பிடிச்சிருந்த ஸ்கூலு இன்னக்கி பிடிக்கலனு சொல்ற, வேலைக்குப் போகலனு சொல்ற, காரணம் கேட்டா சொல்ல மாட்ற? என்ன தான் பிரச்சன?" என்ற அப்பாவின் வார்த்தைக்கு "அப்பப் பிடிச்சுருந்துச்சுப் போனேன், இப்பப் பிடிக்கல, அவ்வளவுதான், திரும்பத் திரும்ப அதையே கேட்டுட்டு இருக்க வேணாம். ஒரு மூனு மாசம்தான், நான் ஈரோடு போயிடுவேன்" என்றான் மணி

"நான் வேணும்னா கரஸ்பாண்டண்ட் கிட்ட வந்து பேசவா? இப்பிடி திடீர்னு நின்னுட்டா எப்பிடி? அவரு மருமகன் எனக்கு நல்லப் பழக்கம், நான் சம்பளத்தப் பத்தி பேசிப் பாக்கவா?" என்றார் அப்பா.

"ஒன்னும் வேணாம், இந்த வருஷம் முடியட்டும், நான் என் ஃபிரண்ட் ஒர்க் பண்ற ஸ்கூலுக்குப் போயிடுவேன். அங்க வேகண்ட் இருக்காம். சம்பளமும் இதைவிட அதிகமாத் தருவாங்களாம்" என்றான் தன் அப்பாவிடம்

அங்கு நடந்ததைக் கூறி இவர்களை மேலும் கஷ்டப்படுத்த வேண்டாம் என்ற நினைப்புதான் எதையும் எடுத்துச்சொல்ல விடாமல் செய்தது. மேலும் அந்த அசிங்கத்தை மறந்துவிடவே நினைத்தான். சம்பளம் தான் பிரச்சனை என்ற தன் அப்பாவின் நினைப்பு, அப்படியே இருக்கட்டும் என விட்டு விட்டான்.

✦ ✦ ✦

"மாப்ள ஒன்னும் பதட்டம் வேணாம், நேம், ரிஜிஸ்டர் பண்ணு, ஒரு ஃபாம் குடுப்பாங்க, ஃபில் பண்ணி குடுத்துட்டு உட்காரு, கூப்பிடுவாங்க போய் இன்டெர்வ்யூ அட்டன் பண்ணிட்டு வா. நான் ஏற்கனவே உன்னப்பத்தி சொல்லிருக்கேன். நீ இன்டெர்வ்யூ மட்டும் நல்லபடியா அட்டன் பண்ணு அது போதும்" என்ற நண்பனின் வார்த்தைகள் அவனை வழிநடத்தின.

"சார் இன்டெர்வ்யூ முடுச்சுட்டு நம்ம ஸ்கூல் மெஸ்ல லன்ச் சாப்பிட்டுட்டுப் போங்க, யாரும் சாப்பிடாமப் போகாதீங்க" என்றார் ஒருவர்.

மிகப்பெரிய பள்ளி அது. கிட்டத்தட்ட 5000 மாணவர்கள் படிக்கும் தனியார் பள்ளி. மெஸ் ஹால் மட்டும் ஒரே நேரத்தில் 1000 பேர் அமர்ந்து சாப்பிடலாம். பார்த்தால் திருமண மண்டபத்தில் விருந்து சாப்பிடுவதுபோல்தான் இருக்கும்.

❖ ❖ ❖

"அம்மா நாளைக்கு மதியம் எனக்குச் சாப்பாடு வேணாம். எங்க ஸ்கூல்ல விருந்து குடுக்குறாங்க."

"என்ன திடீர்னு ஸ்கூல்ல விருந்து? என்ன விசேசம்?"

"ஸ்கூல் ஆரம்பிச்சு 10 வருஷம் ஆச்சாம். அதுக்கு மேனேஜ்மென்ட் விருந்து வைக்கிறாங்க."

"ஈவினிங் ஸ்கூல் முடிஞ்சதும் அப்பிடியே பிரண்ட்ஸ் கூட படத்துக்குப் போயிட்டு வந்துடுறேன். அப்பாகிட்ட சொல்லிடு. சரியா?"

"சரிடா, போயிட்டு வா. நைட் வீட்டுல வந்து சாப்பிடு, வெளியவே சாப்பிட்டுட்டு வந்துடாத. சரியா?"

"ம்."

தேர்ந்தெடுக்கப்பட்ட வாழையிலையில், விதவிதமான உணவு வகைகள், ஆர்ப்பாட்டமில்லாமல் அமைதியாக நடந்துகொண்டிருக்கும் பரிமாற்றம் எனத் தேர்வு அறைபோல் இருந்தது. பள்ளித் தாளாளர் அங்கு இருப்பதால், விருந்துக்கே உரிய தடல்புடல்கள் இல்லாமல் பின்னணி இசை இல்லாத காட்சிபோல கடந்து கொண்டிருந்தது.

பள்ளித் தாளாளர், தனக்கான அடையாளங்களாய்ச் சில முரண்களை முதுகில் சுமந்துகொண்டுத் திரிபவர். கோரஸ் பாடாத வகுப்பறை, மாணவர்கள் போல கூட்டம் சேராத

ஆசிரியருக்கான இடைவேளை நிமிடங்கள், பள்ளிக்குள்ளே நுழைந்ததும் இயல்புகளை இழந்துவிட்டு இயங்கும் மாணவக் கூட்டம் இன்னும் இப்படி நிறைய சொல்லலாம். அதனால்தான் பந்தி, இப்படி சாந்தியாக நடந்துகொண்டிருக்கிறது.

“ஏளா, சும்மாவே இங்கிட்டும், அங்கிட்டும் நடந்துட்டு இருக்காம, ஆரு ஆருக்கு என்னென்ன வேணும்னு கேட்டுப் போடு” என்ற தலைமையாசிரியையின் வார்த்தைக்கு வேலைக்காரப் பெண்மணி சரியெனத் தலையசைத்தார்.

“ஏளா, சீமச்சிறுக்கி, கண்ண என்ன பெடனிலயா வச்சுருக்க, நீ பாட்டுக்குப் போய்கிட்டே இருக்க, இங்க வந்து தண்ணிகொஞ்சம் ஊத்து” என்ற ஒருவரின் பேச்சுக்கு ஓடிய பெண், அவர் ஒருவரின் அசைவைத் தவிர வேறுதுவும் பெரிதாக அங்கு இல்லை. இயந்திரத்தனமாக இயங்கிக் கொண்டிருந்தது அனைவரின் கைகளும்.

“ஏப்பே, கொஞ்சம் ரசம் ஊத்தவா? என்ற பெண்மணிக்கு

“வேணாம்ளா, வயித்துல எடமில்ல” என்று பதிலளித்தார் ஒருவயதான பெரியவர், தன் பெரிய மீசையைத் தடவியவாறே.

"பளார்"

"சல்... சன்... சட்..." என்ற சத்தம். யாருடைய மூக்குக்கண்ணாடியோ தரையில் விழுந்து தெறித்து சில்லுச் சில்லாய் சிதறயது.

"அறிவு வேணாம், சோறுதான தின்ன?"

அங்கு கண்கள் கலங்கி, அவமானத்தின் ரேகைகள் உடம்பில் படர, எச்சில் சோற்றுப் பருக்கைகள் கன்னத்தில் தொற்றிக் கொண்டிருக்க பிச்சைமுத்து நின்றுகொண்டிருந்தார்.

பள்ளித் தாளாளர் கோபத்தால் கைகள் நடுங்க அவரை முறைத்துக் கொண்டிருக்க, "ஐயா கால் வழுக்கிடுச்சு, அதான் பேலன்ஸ்க்கு உங்கள பிடிச்சேன்", என்றார் அழுதுகொண்டே.

அவர் கண்கள் கலங்கி, ஒரு குழந்தை மாதிரி தேம்பித் தேம்பி அழத் தயாராவதை உணர முடிந்தது. பார்ப்பதற்கே மிகவும் பரிதாபமாக இருந்தது. கீழே விழுந்த அவரது கண்ணாடியை எடுத்துக்கொடுக்கக் கூட எவருக்கும் துணிவில்லை. மணி நகர, வேண்டாம் என தடுத்தார் துரை.

யாராவது தனக்குச் சார்பாக பேசமாட்டார்களா? என்ற எதிர்பார்ப்புடன் அவர் கண்கள் அலைந்தன. எதிர்பார்ப்பு ஏமாற்றமாவது இயல்புதானே.

"அந்தப் பக்கம் தள்ளிப் போப்பா, முன்னாடிபின்னாடி பாத்து நட, கண்ணாடி போட்டுமா கண்ணு தெரியல" – இது தலைமை ஆசிரியை.

"என் கண்ணு முன்னாடி நிக்காத, வெளிய போ" என்ற தாளாளரின் வார்த்தை முடியுமுன்னே கைக்குட்டையால் கையைத் துடைத்துக்கொண்டு அங்கிருந்து நகர்ந்தார் பிச்சைமுத்து.

இந்தச் செயலுக்கு, எதற்கு இந்த தண்டனை? என்று எங்கள் யாருக்கும் புரியவில்லை. விசாரிக்கப்படாமல் வழங்கப்பட்ட தண்டனை இது. ஆனால் யாராலும் ஒன்றும் செய்ய முடியவில்லை. விபரீதமான சமூக மாற்றங்களை வேடிக்கைப் பார்க்கும் பொதுமக்களாய் அந்தக் கூட்டம் இருந்தது. அந்த நிமிடத்திற்குப் பிறகு பிச்சைமுத்துவை யாரும் பார்க்கவில்லை.

யார் பள்ளி தாளாளரிடம் பேசினாலும் மூன்றடி தள்ளி நின்றுதான் பேச வேண்டும். அவரைப் பொறுத்தவரை அவரைத் தவிர எல்லோரும் தீண்டத்தகாதவர்களே, என்பது பின்புதான் மணிக்குத் தெரிந்தது.

"என்ன மணி சார், அப்பர் பிரைமரிக்கு, போனாலும் போனீங்க, ஏங்களலாம் கண்டுக்கவே மாட்றீங்க, இப்பல்லாம் ஒரு விஷ் கூட பண்றதில்ல" என்றார் உமா டீச்சர்.

"அப்பிடிலாம் இல்ல டீச்சர், உங்க ப்ளாக் வேற, என் பிளாக் வேற, அதான் பாக்க முடியல."

"பரவால்ல சார், நான் சும்மா தான் சொன்னேன், ஆமா இப்பவும் டீ, வடை கரெக்ட்டா வருதா? அதான் சார், தலைமை ஆசிரியைகிட்ட இருந்து வருமே, அததான் கேட்டேன்."

"வருது டீச்சர், ஆனா இப்ப வரைக்கும் ஏன்னு தான் தெரியல."

"எங்களுக்கும்தான். நல்லா என்ஜாய் பண்ணுங்க. போற போக்க பாத்தா அந்தம்மாக்கு நீங்க மருமகனாய்டுவீங்க போல, அப்புறம் நாங்க உங்ககிட்ட சம்பளம் வாங்கவேண்டியது தான்" என்றார் சிரித்துக்கொண்டே.

"டீச்சர், என் வேலைக்கு உலை வச்சுடாதீங்க, ஒரு டீ, வடைக்கு இவ்ளோ பெரிய கதையா? சாமி ஆள விடுங்க..." என்று வேகமாக நடந்தான் மணி.

"என்ன இன்னக்கி இவ்ளோ லேட் ஆகுது?"

"நம்ம கரஸ்பாண்டட் சாருக்கு இன்னக்கி பிறந்த நாளாம், கோயிலுக்குப் போயிருக்காரு, வந்ததும் சம்பளம் தருவாராம்" என்றார் தமிழாசிரியர் பரசுராமன்.

"இவ்வளவு நேரம் காக்க வைக்கிறதுக்கு நாளைக்கு குடுக்கலாமே, மணி இப்பவே 6.30, இதுக்குமேல வீட்டுக்கு போயி சமச்சி, சே..! பசங்க ஸ்கூல்ல இருந்து வந்திருப்பாங்க, பசியோட இருப்பாங்க," என்றார் கணித ஆசிரியை பசுங்கிளி.

மாலை ஏழு மணிக்குத்தான் சம்பளப் பட்டுவாடா நடந்தது. ஆசிரியரின் பெயர் எழுதிய கவரை கையில் கொடுத்தனுப்பிக் கொண்டிருந்தனர். அவர்களுக்கெல்லாம் அரசு ஊதியம், பெ.ஆ.க மூலம் ஊதியம் பெறும் மணிக்கோ கடைசியில் தான் தருவார்கள் என்பதால் காத்திருக்க வேண்டியதாயிற்று.

"மணி சார், உள்ள வாங்க" என்ற தலைமையாசிரியையின் குரல் கேட்க, உள்ளே நுழைந்த மணி தாளாளருக்கு வணக்கம் சொன்னான்.

பதில் வணக்கம் என்பது எப்போதும் கிடையாது.

நான்கு, ஐநூறு ரூபாய் நோட்டும், ஐந்து, நூறு ரூபாய் நோட்டும் எத்தனை முறை எண்ணினாலும் குட்டி போடாது என்பது தெரியாத தலைமை ஆசிரியை அதை எண்ணிக்கொண்டே இருந்தார்.

"மொத மொதலா அப்பா கைல சம்பளம் வாங்கிருக்கீங்க, அப்பா கால்ல விழுந்து ஆசிர்வாதம் வாங்கிக்கங்க", என்ற தலைமையாசிரியையை புரியாமல் பார்த்த மணி, "எங்கப்பா கால்ல தான மேடம் நான் விழுகணும், உங்கப்பா கால்ல நான் ஏன் விழுகணும்", என்றார்.

"ஏப்பா, இப்பிடி பேசுற?

அம்ம ஆளுன்னுதான உன்ன நான் அப்பிடி கவனுச்சுகிட்டேன். ஒரே வருசத்துல அப்பர் பிரைமரில கிளாஸ் குடுத்தேன், நீ அம்ம கிட்டேயே இப்பிடி நடந்துக்கலாமா?" என்றார்.

அப்போதுதான் மணிக்கு எல்லாம் புரிந்தது. தினமும் தன்னைத் தேடி வரும் டீக்கும், வடைக்கும் தனக்கும் உண்டான உறவு இப்படித்தானா, என்று.

குறுகிய காலத்தில் ஒன்று,மூன்று, ஏழு என்று தனது வகுப்புகளும், சம்பளமும் முன்னேற்றம் கண்டதும்கூட தன் திறமை சம்பந்தப்பட்டது இல்லை என நினைக்கும் போது வெட்கமாக இருந்தது.

"ஏம்மா உனக்கென்ன ஆச்சு, ஆரு அம்ம ஆளு? இவனா? ஆரு உனக்குச் சொன்னது?"

"ஆளப் பாத்தா அப்பிடிதான்பா தெரிஞ்சது. நான் இன்னக்கி வரைக்கும் இவரு அம்ம ஆளுன்னுதான நெனச்சுட்டு இருக்கேன்" என்ற தலைமை ஆசிரியையை முறைத்தார் அவர்.

அங்கிருக்க பிடிக்காமல் உடனே வெளியே வந்தான் மணி.

வயது மூப்பு என்ற ஒற்றைக்காரணம் மணிக்கு போதவில்லை. தாளாளர், பிச்சைமுத்துவிடம் நடந்துகொண்ட விதமும், சக ஆசிரியர்களை நடத்தும் விதமும் அவரின்மேல் துளிகூட மரியாதை இல்லாமல் செய்திருந்தது. அது போதாதென்று இன்று நடந்த சம்பவமும் ஒட்டு மொத்த தலைமைகளிடமும் வெறுப்புதான் உண்டானது.

மறுநாள் வேண்டா வெறுப்பாகத்தான் பள்ளிக்குள் நுழைந்தான். மனதிற்குள் ஏதோ ஒன்று உறுத்தியது.

இத்தனை நாள் அழைப்பிதழ் இல்லாமல் வந்த விருந்து பள்ளி இடைவேளையில் வரவில்லை. காரணம் புரிந்ததும் சிரிப்புதான் வந்தது. மதிய இடைவேளையில் வணக்கம் வைத்தால் கல்லாக கடந்துபோன தலைமை ஆசிரியை மேல் கோபமாக வந்தது.

அன்றைய நாளின் கடைசி பாடவேளை, எட்டாம் வகுப்பு மாணவிகளுக்கு குறுந்தேர்வு வைத்துக்கொண்டிருந்த மணியைச் சுற்றி மாணவிகள் நின்று கொண்டிருந்தனர். தேர்வுத் தாளைத் திருத்தி குறைந்த மதிப்பெண்கள் எடுத்த மாணவிகளைத் திட்டிக்கொண்டிருந்தான் மணி.

"சார், பெரிய சார் உங்கள கூப்டுறாரு சார், என்ற மாணவியின் குரலிற்கு தலையை நிமிர்த்திய மணி, வகுப்பறையின் வெளியே தாளாளர் நின்றிருக்க, வேகமாக வெளியே சென்றான்.

"வணக்கம் சார்"

"இதென்ன வகுப்பா?, இல்ல கூத்து மடமா?, கும்பல் கும்பலா நின்னுட்டு என்ன பண்றீங்க?"

"சார் டெஸ்ட் பேப்பர திருத்திக் குடுத்துட்டு இருந்தேன்."

"பாத்தா அப்பிடி தெரியலையே, எத்தன தடவ சொல்லிருக்கேன், பொண்ணுங்கள ஒரசிட்டு நிக்காத நிக்காதனு."

"சார், என்ன வார்த்த பேசறீங்க, நான் அவங்க டீச்சர், அவங்க என் கிளாஸ் பொண்ணுங்க, நீங்க இப்பிடி சொல்றது அவங்க காதுல விழுந்தா அவங்க ரொம்ப கஷ்டப்படுவாங்க, இந்த ஸ்கூலோட கரஸ்பாண்டண்ட் நீங்க, நீங்களே இப்பிடி பேசலாமா? ஒரசிட்டா நின்னேன். நான் திருத்துற பேப்பர்ல, சரி எது, தப்பு எதுனு வேடிக்கை பாத்துட்டு நிக்கிறாங்க" என்றான் மணி.

"உன் இஷ்டப்படி நடந்துக்கறதுக்கு நான் பள்ளிக்கூடம் நடத்தல, என் இஷ்டப்படி நடந்துக்கதான் இந்தப் பள்ளிக்கூடம். இஷ்டம்னா இங்க வேலை பாரு, இல்லன்னா நடையக் கட்டு" என்று கத்தினார். கோபத்தில் அவரது உடல் நடுங்கியது.

"சார் பாத்துப் பேசுங்க. தேவையில்லாம பேசி அந்த குழந்தைக மனச கஷ்டப் படுத்தாதீங்க. உங்களுக்கு இங்க என்ன நடக்குதுனு தெரியும், இருந்தாலும் என் மேல நீங்க பழி போட்டுப்பேசுறது, உங்க வயசுக்கு நீங்க செய்யிற காரியமா இது" என்ற வார்த்தை முடிக்கும் முன் மணியின் கன்னத்தில் ஒரு அரை விழுந்தது.

அனைத்து மாணவ, மாணவிகளும், ஆசிரியர்களும் இருவரையும் வேடிக்கைப் பார்த்துக் கொண்டிருந்தனர்.

திடுக்கிட்டுப் போனான். மொத்தப் பள்ளியும் வேடிக்கைப் பார்க்க செய்யாத தப்பிற்கு இப்படி ஒரு அவமானமா என்ற குமுறல் எந்தவிதத்திலும் அவனுக்கு ஆறுதல் அளிக்கவில்லை. "என்னால உங்களத் திருப்பி அடிக்க முடியும். ஆனா உங்க வயசுக்கு மரியாதை குடுத்து நான் அமைதியா இருக்கேன்" என்று நெஞ்சுயர்த்திச் சொன்னான். அந்த வார்த்தைகள் அங்கு வேடிக்கைப் பார்த்துக்கொண்டிருக்கும் ஆசிரியர்கள், மாணவர்களை அதிர்ச்சி அடையச் செய்தது.

அவர் இந்த எதிர்த் தாக்குதலை எதிர்பார்க்கவில்லை. கொஞ்சம் தடுமாறித்தான் போனார். அவன் எதிர்த்துப் பேசியதைவிட அதை அவன் சத்தமாகப் பேசியதுதான்

அவருக்கு உருத்தியது. ஒருவாறு சமாளித்துக்கொண்டு, "வெளிய போடா என் பள்ளிக்கூடத்த விட்டு... நாயே" என்றார் சிறிது தடுமாற்றத்துடன்.

"அப்ப இந்த இருபது நாளு நான் வேல பாத்ததுக்கு சம்பளம் குடுங்க, போயிட்டே இருக்கேன்" என்றான் மணி.

"நீ கிழிச்ச கிழிக்கு உனக்குச் சம்பளம் வேறையா. ஒத்த ரூவா குடுக்க மாட்டேன்" என்றார்.

"நான் என்ன கிழிச்சிருக்கேனு, எனக்குத் தெரியும், என் பிள்ளைங்களுக்குத் தெரியும், நாகரீகமில்லாம பேசுற உங்களுக்குப் புரியாது" என்றான் மணி நிதானமாக. அவன் பார்வை அந்தப் பெரியவரின் உள்ளத்தைத் துளைப்பதாய் இருந்தது.

மணியின் நிதானம் அவரைக் கோபத்தின் உச்சிக்கே இட்டுச் சென்றது. அனைவரின் முன்னாலும் தன்னை நிதானமாகத் திருப்பி அடிக்கும் இவனை இங்கே வைத்திருக்கக் கூடாது என்று நினைத்த அவர் அவனைப் பள்ளியை விட்டு வெளியேறுமாறு சொல்லிக்கொண்டே இருந்தார்.

"நான் இந்த மாசம் ஒரு மணி நேரம் வேலை பாத்திருந்தாக்கூட, அதுக்கான சம்பளத்த வாங்காம இங்க இருந்து போக மாட்டேன்'' என்றான். அவனின் நிதானம் இன்னும் பலப்பட்டிருந்தது.

"தரலனா என்னடா பண்ணுவ?" என்றார்

"வாங்காம போக மாட்டேன். என் ஒருத்தனுக்கு நீங்க பதில் சொல்லலனா, நீங்க நெறைய பேருக்கு பதில் சொல்ல வேண்டியிருக்கும்" என்றான். அவனை நேருக்கு நேர் பார்ப்பதையே தவிர்த்தார் பள்ளித் தாளாளர்.

"இந்தச் சம்பளம் என்னோட உரிமை. மத்தவங்க உரிமைக்காக பேசுறவங்க இங்க நெறைய பேர் இருக்காங்க. ஒருத்தனுக்கு நீங்க சரியா பதில் சொல்லலனா, ஒரு அமைப்புக்கே நீங்க பதில் சொல்ல வேண்டியிருக்கும்" என்றான் மணி.

சிறிது நேரம் அமைதியாக இருந்த பெரியவர், கையில் அலைப்பேசியை எடுத்தார், "ம்... இப்ப அந்த மணி வருவான், அவன் கணக்க முடிச்சு காச குடுத்து அனுப்பிடு" என்று சொல்லிக்கொண்டிருக்கும் போதே, "அப்பிடியே என் சர்டிஃபிகேட்டையும் குடுத்துட சொல்லுங்க" என்ற மணியை

எரித்து விடுவதுபோல் பார்த்தார் தாளாளர்.

"அவனோடட எழவு என்னென்ன இருக்கோ, அத்தனையும் கொடுத்து அனுப்பு" என்று அலைப்பேசியை துண்டித்துவிட்டு அவ்விடம் விட்டு நகர்ந்தார்.

ஒரு சிறிய புன்னகையுடன் மணியும் நகர்ந்தான்.

"நீ அம்ம ஆளு தானப்பா?" என்ற வார்த்தை மட்டும் காதுக்குள் கேட்டுக்கொண்டே இருந்தது.

10

சத்தம்

இரண்டு காதையும் அடைத்துக்கொண்டு 'ஆ...' எனக் கத்தினான். காதை அடைத்தவாறே வாயை நன்றாக எவ்வளவு திறக்க முடியுமோ அவ்வளவு திறந்து மூடினான். இப்படி இரண்டு மூன்று முறை செய்தான். காதிலிருந்து மெதுவாகக் கையை எடுத்து அந்தச் சத்தம் மீண்டும் கேட்கிறதா? என்று தலையை அந்தப் பக்கம் இந்தப்பக்கம் ஆட்டி ஆட்டிப் பார்த்தான். சத்தம் நின்றபாடில்லை. உள்ளங்கையால் இரண்டு காதையும் மெதுவாக அறைந்துகொண்டே இருந்தான். கையால் முடியைப் பிடித்து இழுத்தான். கன்னத்தை கையால் தேய்த்துவிட்டுக் கொண்டான். அவன் மூளை இந்த அதிர்வை உணர்ந்துகொண்டே இருந்தது. தனது செய்கை தனக்கே வினோதமாக இருந்தாலும், எப்படியாவது இந்தச் சத்தத்தில் இருந்து தப்பித்துவிட மாட்டோமா? என யோசித்துக்கொண்டே இருந்தான்.

ரவியால் அந்தச் சத்தத்திலிருந்து தப்பித்துச் செல்ல முடியவில்லை. கடந்த ஒருவார காலமாக இந்தச் சத்தம் தன்னைப் பின் தொடர்வதாகத் தோன்றியது. பிரியா இருக்கும்போது இந்தச் சத்தம் கேட்டதாக அவனுக்கு ஞாபகமில்லை. ஒருவேளை டி.வி சத்தம், பேச்சு சத்தத்தில் இதை இருவரும் கவனிக்காமல் விட்டிருக்கலாம். இப்போதும் இதை இவன் கவனிக்காமல் இருக்க வேணுமென்றுதான் நினைக்கிறான் ஆனால் முடியவில்லை. ஒரு வேளை தனக்கு மட்டுமே இப்படி ஒரு பிரமை ஏற்படுகிறதா? என்று கூடத் தோன்றியது. கடிகார நொடி முள்ளின் சத்தமாக ஆரம்பித்து, இப்போது மலையை உடைக்க வைக்கும் வெடிபோல மண்டைக்குள் கேட்டுக்கொண்டே இருக்கிறது.

'டக்... டடக்... டக்... டடக்...'

டக்... டடக்... டக்... டடக்.'

ஆரம்பத்தில் வீட்டின் ஒரு இடத்தில் மட்டும் கேட்ட இந்தச் சத்தம், இப்போது வீடு முழுவதும் பரவி இருந்தது. ஹாலில் இருந்தால் , சமையல் அறையில் சத்தம் கேட்டது. சமையல் அறைக்குச் சென்றால், படுக்கை அறையில் கேட்டது. படுக்கை அறைக்குச் சென்றால் வெளி வராண்டாவில் கேட்டது. ஆனால் சத்தம் எங்கிருந்து வருகிறது என்பது மட்டும் தெரியவில்லை. பிரியா பிரசவம் முடிந்து தாய் வீட்டில் இருக்கிறாள். அவள் வருவதற்குக் குறைந்தது இன்னும் மூன்று மாதங்களாவது ஆகும். அதற்குள் தனக்குப் பைத்தியம் பிடித்துவிடுமோ? என்ற பயமும் ரவிக்கு இருந்தது.

கையில் பைபிளை வைத்துக்கொண்டு ஏதாவது ஜெபித்துக் கொண்டே இருந்தான். வீட்டிற்குள் எங்கு சென்றாலும் பைபிளை எடுத்துக்கொண்டு சென்றான். பிரியாவிடம் இதைப்பற்றி முதன்முறையாகப் பேசும்போது "ராத்திரிதான் வீட்டுக்குள்ள வராம வெளியவே படுத்துக்கிறீங்க, இப்ப பகல்லயும் ஏதோ சத்தம் கேக்குதுன்னு வீட்டுக்குள்ள இருக்குறதுக்கு பயந்தா எப்பிடி?" பொம்பள நானே தனியா தைரியமா இருந்துடுவேன் போல, ஆம்பள நீங்க ஏன் இப்பிடி பயப்படுறீங்க?" என்றாள். ஆரம்பத்தில் கரிசனமாகப் பேசிய குரல் நாளாக நாளாகக் கிண்டலாகவும், கோபமாகவும், சில சமயம் தன்னை சிறுபிள்ளையாக நினைத்தும் பேசுவதும் ரவிக்கு வருத்தமாக இருந்தாலும், ஒன்றும் செய்வதற்கில்லை. பயத்திற்கு என்ன ஆண், பெண். எல்லோரும் ஒன்றுதானே.

"அதென்ன பொம்பள நானேன்னு சொல்றது? பொம்பளைங்க எல்லாம் பயப்படுவாங்க, ஆம்பளைங்க எல்லாம் பயப்படவே மாட்டாங்கனு யாரு சொன்னது?" என்று ரவி கேட்டதும், "ம்ம்ம். யாரு சொன்னாங்கனு யோசிச்சுச் சொல்றேன்" என்று அலைபேசியை அணைத்துவிட்டாள். பிரியா மட்டுமல்ல, அலுவலகத்தில் தன்னை மட்டம் தட்டி, கிண்டலடித்துப் பேசும் பிரபுவும், இப்படித் தனியாக நான் வராண்டாவில் இரவு படுத்து தூங்குவதைப் பற்றித்தான் பேசி என்னை எப்போதும் சீண்டுவான். இரவு தனியாக நான் படுத்து உறங்குவதென்பது அவர்களுக்குக் கேலியான விசயமாக இருக்கலாம். ஆனால் எனக்கு, "ம்ம்ம்ம்", என்று ஒரு பெருமூச்சை வெளித்தள்ளிவிட்டு கைக்கடிகாரத்தைப் பார்த்தான். மணி இரவு எட்டைத் தொட்டது. இப்போது அந்தச்

சத்தம் இல்லை. நாம் நினைக்கும்போதெல்லாம் அது கேட்காது. அதுவாக வரும், அதுவாகப் போகும். எங்கிருந்து கேட்கிறது?, ஏன் கேட்கிறது? என்ற கேள்விகளுக்கு மட்டும் விடையில்லை, என்று மனதிற்குள் புலம்பியவாறே கதவைப் பூட்டி சாவியை நிலைப்படியின் மேலே வைத்தான்.

“அப்பாடா ஒரு ரெண்டு நாளைக்கி நிம்மதியா தூங்கலாம். உஸ்மான் வீட்டுல ஆளு வர்ற வரைக்கும் பிரச்சனையில்ல. இந்த ரெண்டு நாளைக்குள்ள இந்தச் சத்தத்துக்கு ஒரு முடிவு கட்டிட்டா, நாம கொஞ்சம் நிம்மதியா இருக்கலாம். நாளைக்கு மொத வேலையா ஃபாதரப் போயி பாக்கணும்” என மனதில் நினைத்துக் கொண்டே நடந்தவனுக்கு, அலைபேசியை வீட்டிலேயே வைத்துவிட்டு வந்துவிட்டது புரிந்தது. ஆனால் திரும்பிச்சென்று அதை எடுத்துக்கொண்டு வரமட்டும் தோணவில்லை.

✧ ✧ ✧

பக்கத்தில் ஒரு ஆள் படுத்திருப்பது எவ்வளவு பெரிய நிம்மதியைத் தருகிறது என்று மனதிற்குள் ரவி நினைத்ததைப் புரிந்துகொண்டவன் போல்,

“கவலப்படாதீங்க சார், என் ஒய்ஃப் வர்ற வரைக்கும் நீங்க இங்க வந்து படுத்துக்கலாம்” எனற உஸ்மானுக்கு ஒருவித தயக்கத்துடனே தலையை ஆட்டினான் ரவி.

”ஊருல, அம்மா, அப்பாக்கூட இருக்கும்போது தெரியல உஸ்மான். எல்லாம் ஒன்னா ஒரே ஹால்ல படுத்துப்போம். ஆனா வேலைக் கெடச்சு இங்க வந்ததுக்குப் பெறகுதான் எனக்கு இந்தப் பயமே வந்தது. கல்யாணத்துக்கு முன்னாடி தனியா ரூம் எடுத்துத் தங்கும்போது தான் நான் எவ்வளவு பயப்படுறேன்னு எனக்குத் தெரிஞ்சது”, என்ற ரவியைப் பார்க்கப் பாவமாக இருந்தது.

“ஆமா சார் , ஆஃபீஸ்ல பிரபு உங்கள எப்பவும் கிண்டல் பண்ணிட்டே இருப்பாரே”, என்றவனைப் பார்க்காமலேயே தலையை ஆட்டினான் ரவி. “இந்தப் பேய், பிசாசு சாத்தான், இதுல எல்லாம் நம்பிக்கை இருக்கா உஸ்மான்?” என்ற ரவியின் முகம் எதையோ யோசித்துக் கொண்டிருப்பது போல் இருந்தது.

“எங்க மதத்துல பேய், பிசாசு எல்லாம் இல்ல சார். பூதம்தான் இருக்கு” என்ற உஸ்மானை வேகமாகத் திரும்பிப் பார்த்தான் ரவி. “என்ன பூதமா?” என்றான் ஆச்சர்யமாக. உடனே தானே சாமாதானமாகி, “அதுசரி நாங்க பேய், பிசாசுனு சொல்றத நீங்க பூதம்னு சொல்றீங்க” என்றான்.

“அது எனக்குத் தெரியாது சார், ஆனா பூதம் இருக்குன்னு நான் நம்புறேன், உங்க வீட்டுல இருக்குற சத்தம் கூட அப்பிடிப்பட்டதா கூட இருக்கலாம்”, என்ற உஸ்மானை ஒரு வித பயத்துடனும், குழப்பத்துடனும் பார்த்தான் ரவி.

“அது நம்ம கவனத்த ஈர்க்குறதுக்காகக் கூட அப்பிடி சத்தம் போடுமாம்” என்றதும் ரவியின் முகம் இறுகிப்போனது. வீட்டில் ஏதோ ஒன்று இருக்கிறது என்பது உறுதியா? என்று தனக்குத்தானே கேட்டுக்கொண்டான். அவனின் இதயத்துடிப்பு அருகில் இருக்கும் உஸ்மானுக்கும் கேட்கும்படியாய்த் துடித்தது. இருந்த கொஞ்ச தைரியமும் காற்றில் கரைந்து போனது.

ஒன்றும் கவலைப்பட வேண்டாம், பள்ளிவாசலில் ஓதும் முல்லா பாயை நாளை பார்க்கச் செல்லலாம் என்றும் உஸ்மான் கூறினான். “முல்லா பாயா? அவரு என்ன பண்ணுவாரு?” என்று புரியாமல் கேட்ட ரவியிடம், “சார் அவர்தான் எங்க பள்ளிவாசல்ல ஓதுவாரு. குறான்ல அவருக்குத் தெரியாத வாசகமே இல்ல. அவர் ஓதினா சின்ன குழந்தைங்களுக்கு உடம்பெல்லாம் சரியாகும். நானே என் பையனுக்கு உடம்பு சரியில்லனா அவர்கிட்ட போயிதான் ஓதுவேன் சார். அவருக்கு இந்த மாதிரி விஷயங்கள்ல அனுபவம் இருக்கு. நாம அவரப் போயிப் பாத்தா இந்த விஷயத்துல ஒரு தெளிவு நமக்குத் கிடைக்கும். ஒரு முயற்சிதான் பண்ணிப் பாருங்களேன்” என்ற உஸ்மானை நம்பிக்கையுடன் பார்த்தான் ரவி.

❖ ❖ ❖

ரவியின் பயமும், குழப்பமும் இன்னும் அதிகமானது. முல்லா சொல்வதை நம்பவும் முடியவில்லை. நம்பாமல் இருக்கவும் முடியவில்லை. “அந்தச் சத்தம் உங்கள டிஸ்டர்ப் பண்ணிச்சினா அத நீங்க கவனிக்காதீங்க, அத கவனிக்க கவனிக்க உங்கள அது ரொம்பத் தொல்லை பண்ணும். நீங்க கண்டுக்காம விட்டுட்டா அதுவே கொஞ்ச நாள்ல போயிடும், ஒரு நாள் நீங்க ஃப்ரீயா இருக்கும்போது கூப்டுங்க வீட்டுக்கு வந்து பாக்குறேன். அப்பதான் அது என்னனு என்னால உறுதியா சொல்ல முடியும்”, என்றார். அந்தச் சத்தத்திற்கு உயிர் கொடுத்து முல்லா பேசியது ரவிக்கு மேலும் பயத்தைக் கூட்டியது. இவரைப் பார்க்காமலே இருந்திருக்கலாம் என்று தான் தோன்றியது.

உஸ்மான் வீட்டிற்கும் செல்ல முடியாது. தனியாகத்தான் வீட்டில் படுத்து உறங்க வேண்டும் என்ற நினைப்புடனே, இரவு உணவை முடித்துவிட்டு ஹோட்டலிலிருந்து வீடு நோக்கிப் போய்க்கொண்டிருந்தான். முன்பாவது பரவாயில்லை. முல்லா எரிகிற பயத்தில் எண்ணெயை ஊற்றி விட்டுவிட்டார். பூதம், கீதமென்று, இப்போது எப்படித் தனியாகத் தூங்குவது என்று கலங்கியவாறே வீட்டை அடைந்தான். வழக்கம் போல் வராண்டாவில் விளக்கை எரிய விட்டான். ரவிக்கு இரவு வீடு முழுவதும் விளக்காக இருக்க வேண்டும். வீட்டின் ஒவ்வொரு அறையிலும் விளக்கு விடியும் வரை எரிந்து கொண்டேதான் இருக்க வேண்டும். வீட்டின் கழிவறையிலும் விளக்கு எரிந்துகொண்டு இருக்க வேண்டும். ஆனால் அவன் படுக்கையோ வீட்டின் வராண்டாவில்தான். வீட்டிற்குள் விளக்குகள் ஒன்றோடொன்று பேசி, இவனைக் கேலி செய்து சிரிக்கும் சத்தத்தைக் கேட்டுக்கொண்டேதான் தூங்குவான். தெரியாமல் தூக்கத்தில் கூட வீட்டின் பக்கம் திரும்பிப் படுக்க மாட்டான். இரவு சிறுநீர் கழிக்க எழுந்து செல்லும் தைரியம் இன்னும் வரவில்லை. அவன் படும்பாட்டைப் பார்த்து இரவு தானாக விலகி பகலை அழைக்காதா? என்ற ஏக்கத்துடனே நேரத்தைக் கடத்துவான்.

மணி பத்து. இப்போது அந்தச் சத்தம் கேட்டது. இப்போது முல்லாவின் தயவால் சத்தத்திற்கு ஒரு உருவம் கொடுத்திருந்தான். வீட்டிற்குள் விளக்குகளின் வெளிச்சத்தோடு சேர்ந்து "டக்... டடக்... டக்... டடக்... சத்தமும் நிறைந்திருந்தது. சத்தம் கொஞ்சம் கொஞ் சமாக இவனுக்கு அருகில் வந்து படுத்துக்கொண்டது போல உணர்ந்தான். கண்களை இறுகி மூடிக்கொண்டான். மனதிற்குள் பைபிளின் வாசகங்களை முணுமுணுத்தான். சட்டென்று சத்தம் நின்றுவிட்டது. வீடு எவ்வளவு வெளிச்சமாக இருந்தாலும், ரவிக்கு இருண்டிருப்பதாகத்தான் தோன்றியது.

கையில் பைபிளோடு காலையிலேயே வீட்டு வாசலில் நின்றிருக்கும் ரவியைப் பார்த்ததும் ஃபாதர் கிருஸ்டிக்கு ஏதோ பிரச்னை என்று தோன்றியது. ரவியோ, ஏதோ ஒன்றை இழந்தவன் போல வெறுமனே நின்றிருந்தான். தூக்கமின்மையால் கண்கள் சிவந்திருந்தது. ஃபாதர் கிருஸ்டி என்ன? ஏதென்று? கேட்பதற்குள், தன் வீட்டில் ஒருவாரகாலமாக ஒருவித சத்தத்தால் தான் படும் அவஸ்தையைக் கூறி, தனக்காக வீட்டிற்கு வந்து ஜெபிக்க வேண்டுமென்று கூறினான்.

“மனிதனின் அவஸ்தைகளுக்குத் தீர்வு என்பது, பிதாவை ஜெபிப்பதைத் தவிர வேறு என்ன இருக்கிறது. கண்டிப்பாக நான் வருகிறேன்”, என்று கூறிய கிருஸ்டியின் கைகளை இறுகப் பற்றிக்கொண்டான். அவனைச் சமாதானம் செய்து அனுப்பிவைத்தார். நாளை மாலை தானே வந்து கூட்டிக்கொண்டு செல்வதாக உறுதியளித்துவிட்டு நகர்ந்தான் ரவி.

“என்ன ரவி சத்தம் எதுவும் கேக்கலையே”, என்றார் கிருஸ்டி

“அது எப்ப கேக்கும்? எப்ப நிக்கும்னு தெரியாது ஃபாதர்” என்றான் ரவி.

“சத்தம் கேட்டாத்தானே, அது என்ன சத்தம்? எங்க இருந்து வருதுனு சொல்ல முடியும்?” என்ற ஃபாதரிடம் எதுவும் சொல்லாமல் அவரைப் பார்த்தான் ரவி. முதன் முறையாக சத்தத்தை எதிர்பார்த்துக் கொண்டிருந்தான். இவர்களின் எதிர்பார்ப்பை பூர்த்திசெய்வது போல் சத்தம் உடனே கேட்டது.

“டக்... டடக்... டக்... டடக்...”

“டக்... டடக்... டக்... டடக்...”

“டக்... டடக்... டக்... டடக்...”

உடனே சுதாரித்துக்கொண்ட ஃபாதர், தான் பிரார்த்தனை செய்து கொண்டுவந்த தேங்காய் எண்ணெயை எடுத்துக் கொண்டு தன் பின்னே வருமாறு கூறிவிட்டு , தான் ஒவ்வொரு அறையாகச் செல்வதாகவும், தன்னைப் பின் தொடர்ந்து வந்து அறையின் ஒவ்வொரு மூலையிலும் இந்த எண்ணெயை தெளிக்குமாறும் கூறிவிட்டு நகர்ந்தார். ஒவ்வொரு அறைக்கும் சென்றவர் சிலுவையைக் காட்டிக் காட்டி ஏதேதோ வார்த்தைகளை வாயினுள்ளேயே உச்சரித்துக் கொண்டு ஜெபித்துக் கொண்டிருந்தார். இதைப் பார்க்கும் போது ரவிக்கு, சில நாட்களுக்கு முன் தான் ஒரு கையில் பைபிளை வைத்துக்கொண்டு, மற்றொரு கையில் இரும்பு ஒன்றை பிடித்துக்கொண்டு, “நீ யாராயிருந்தாலும் இப்ப வா பாக்கலாம். இனி நான் உனக்குப் பயப்படமாட்டேன். ஏய் சாத்தானே வெளிய வா”, என்று ஒவ்வொறு அறையாகச் சென்று அங்குமிங்கும் தட்டிக்கொண்டு அலைந்தது ஞாபகம் வந்தது.

வீட்டைச் சுற்றிவிட்டு ரவியிடம் வந்த கிருஸ்டி, ”பிதாவை விசுவாசிப்பவர்கள், இதுமாதிரி சில சமயம் சோதிக்கப்படுவதுண்டு, ஆனால் பிதா உன்னை எப்போதும் கைவிடமாட்டார். இனி நல்லதே நடக்கும் என நம்புவோம்”

என்று கூறிவிட்டு ரவியின் நெற்றியில் சிலுவைக் குறியிட்டு அவனிடம் வேறு எதுவும் சொல்லாமல் வெளியேறிவிட்டார். ஆனால் சத்தம் அப்போதும் கேட்டுக்கொண்டேதான் இருந்தது. “டக்... டடக்... டக்... டடக்... டக்... டடக்... டக்... டடக்...” இந்தச் சத்தம் அவனைப்பார்த்து சிரிப்பது போல் உணர்ந்தான் ரவி.

பிரியாவிடம் நடந்தவைகளைச் சொல்லிக் கொண்டிருந்தான். “பேசாம ஒரு வாரம் லீவு போட்டுட்டு கௌம்பி வாங்க” என்றாள்.

“அடுத்த வாரம் ஆடிட்டிங் இருக்குப்பா. பெண்டிங் வொர்க் நெறையா இருக்கு. லீவு குடுக்க மாட்டாங்க” என்றான். அவனின் குரலில் வேதனை மிகுந்திருந்தது.

“நீங்க வராட்டி என்ன, உங்க அப்பாவ அங்க கூப்டுக்கலாம்ல, அவர் இருந்தா கொஞ்சம் தைரியமா இருப்பீங்கல” என்றாள் நிதானமாக.

ரவிக்கும் அது சரியெனப் பட்டது. தனக்கு ஏன் இது தோன்றவில்லை என்ற எண்ணம் தோன்றிய போது, தன் மீதே தனக்குக் கோபம் வந்தது.

✦✦✦

“ஏன்டா இத்தன நாளா என் கிட்ட சொல்லாம இருந்த? ஒரு வார்த்தை சொல்லிருந்தா, அத உண்டு, இல்லன்னு பண்ணிருப்பேன்ல” என்ற சுப்பிரமணியை எதுவும் புரியாமல் பார்த்தான்.

“அப்பா, என்ன ஒளர்ற, கேக்குற சத்தத்த நீ என்ன செய்ய முடியும்?” என்றான் ரவி.

“அதுங்களாம் இப்பிடித்தான் டா ஏதாவது ஒரு ரூபத்துல வந்து தொல்ல பண்ணும். இத முன்னாடியே சொல்லிருந்தா... ம்ம்... இப்பயும் ஒன்னும் கெட்டுப் போகல, இன்னக்கி ராத்திரி அதுவா? நானா?ன்னு பாத்திடுறேன்” என்றார் ரவியின் அப்பா சுப்பிரமணி.

“ரவி ஒன்றும் சொல்லவில்லை. அவனுக்கு இது மாதிரி பலமுறை ஆயத்தமாகி, சத்தத்தை நிறுத்த எடுத்த முயற்சிகள் எல்லாம் வீணாய் போனது என்பதால், அவன் அப்பாவின் வார்த்தைகளைக் காதில் வாங்கிக்கொள்ளவே இல்லை.

இப்போது இன்னும் பயமாய் இருக்கிறது. கதவை எல்லாம் சாத்திவிட்டு, வீட்டின் நடுவில் அமர்ந்திருக்கிறார் சுப்பிரமணி. ரவிக்கு என்ன சொல்வதென்றே தெரியவில்லை.

சத்தம் கேட்டுக் கொண்டுதான் இருந்தது. மணி இரவு பத்து முப்பதைக் கடந்திருந்தது. ஏற்கனவே தன்னோடு கொண்டு வந்திருந்த வெட்டிவேரையும், வெண்கடுகையும் ஒன்றாக வைத்து எரித்துக் கொண்டிருந்தார். அறை முழுதும் புகை மண்டலமானது. ஏதேதோ வார்த்தைகளை மந்திரமாக உச்சரித்துக் கொண்டிருந்தார். ரவிக்கு இருமல் வந்தது. கண்ணும் எரிச்சல் கண்டது. ஒரு இருபது நிமிடம் கடந்திருக்கும். உடம்பை ஒரு உலுக்கு உலுக்கி எழுந்த சுப்பிரமணி தலையை மேலே தூக்கிப் பார்த்து இன்னும் சில வார்த்தைகளை முணுமுணுத்தார். உசு... உசு... என்று சத்தம் மட்டுமே வெளியில் கேட்டது. ரவிக்கு சத்தத்தை விட அவர் செய்கைகள் இன்னும் பயத்தை உண்டுபண்ணுவதாக இருந்தது.

கண்களைத் திறந்து ரவியைப் பார்த்தவர், இப்ப கதவ தெற... என்றார். அவர் கண்ணை உருட்டி சத்தமாகச் சொன்ன விதம் ரவிக்கு நடுக்கத்தை ஏற்படுத்தியது. வேக வேகமாக எல்லாக் கதவு, ஜன்னல்களைத் திறந்த ரவிக்கு இப்போது மூச்சு விட முடிந்தது. ஜன்னலின் வழியாக வெளியே செல்லும் புகை, சத்தத்தை எடுத்துச் செல்லுமா? என்று தெரியவில்லை. ஆனால் இப்போது சத்தம் கேட்கவில்லை. நின்றிருந்தது.

அணைத்து வைத்த விளக்குகளின் ஸ்விட்சை வேக வேகமாக தேடிச்சென்று போட்ட ரவியைப் பார்த்து சிரித்துக்கொண்டே "பயப்படாத, இந்தப் புகையும், அதுனால ஏற்படுற எரிச்சலாலயும், அது இந்நேரம் வெளிய போயிருக்கும். நீ இப்ப பயப்படாம உள்ள தூங்கலாம்" என்று சொல்லிக்கொண்டே தனது படுக்கையை எடுத்துக்கொண்டு வராண்டாவிற்குச் சென்ற சுப்பிரமணியை எதுவும் புரியாமல் பார்த்த ரவிக்கு கோபம் தலைக்கேறியது.

"அப்பா, நானே பயந்துபோய் உன்னத் தொணைக்குப் படுக்கக் கூப்பிட்டா, என்ன உள்ள படுக்கச் சொல்லிட்டு நீ வெளிய போற? வாப்பா, படுத்தா ரெண்டு பேரும் உள்ள படுக்கலாம், இல்ல ரெண்டு பேரும் வெளிய படுக்கலாம்" என்று கத்தினான் ரவி.

கடைசியாக இருவரும் ஒன்றாக வெளியே படுப்பதென முடிவாயிற்று. இப்போதும் வீடு முழுக்க விளக்குகள் சிரித்துக்கொண்டுதான் இருந்தன. மனம் முழுக்க இனி அந்தச் சத்தம் கேட்குமா? கேட்காதா? என்ற கேள்வியே நிரம்பி இருந்தது.

காலை மணி எட்டு. சுப்பிரமணி ஊருக்குக் கிளம்பிக் கொண்டிருந்தார். இனி சத்தம் வராது என்றே ரவிக்கு அவர் உறுதி கொடுத்திருந்தார். சத்தம் வழக்கமாக எட்டு மணிக்கு மேல் தான் கேட்கும். இப்போது வரை எந்த அறிகுறியும் இல்லாமல் அமைதியாகவே இருந்தது. இனி இந்தச் சத்தம் தன்னைத் தொந்தரவு செய்தால் வீடு மாறிவிடுவது தான் ஒரே வழி என்ற முடிவுக்கு ரவி வந்திருந்தான். ஆனால் இப்போது வீடு கிடைப்பது அவ்வளவு சுலபம் இல்லை. ரயில்வே குவாட்டர்ஸில் தண்ணீர் பிரச்னை என்பதால், அந்த ஊழியர்கள் எல்லோரும் இப்போது ஊருக்குள் வீடெடுத்துத் தங்க ஆரம்பித்துவிட்டனர். அவர்கள் கேட்ட வாடகையை உடனே தர ஒப்புக் கொள்வதால் வாடகையும் ஏறி விட்டது. வேறு வழியில்லை. சத்தம் இப்போது இல்லை என்பது ரவிக்கு கொஞ்சம் ஆறுதலாக இருந்தது.

"ஒன்னும் ஆகாது தைரியமா இரு. நேத்து செஞ்ச பூஜைல, அது துண்டக் காணோம், துணியக் காணோம்னு ஓடிருக்கும்"என்று சுப்பிரமணி சொல்லி முடிக்க "ஆமாம்"என்று ஆமோதிப்பது போல சத்தம் கேட்டது.

டக்... டடக்... டக்... டடக்...

டக்... டடக்... டக்... டடக்...

ரவிக்குப் பைத்தியம் பிடிப்பது போல இருந்தது. சுப்பிரமணிக்கோ என்ன சொல்வதென்றே தெரியவில்லை. ஆனால் முகம் முழுக்க பயம் ரேகையென படர்ந்திருந்தது.

ஒரு முடிவுக்கு வந்த ரவி. இந்தச் சத்தத்தைப் பற்றியும், வீடு மாற்றத்தைப் பற்றியும், வீட்டு உரிமையாளரிடம் பேசிவிடுவதென முடிவோடு படியில் இறங்கினான். அவனைத் துரத்திக்கொண்டே சுப்பிரமணியோடு சத்தமும் கீழிறங்கி வந்தது.

கொஞ்சம் யோசித்துப் பார்த்தால், சத்தத்திற்குப் பயந்து இருவரும் ஓடி வருவது போல் இருந்தது. திறந்திருந்த கதவின் வழியாக உள்ளே நுழைந்த ரவி அப்படியே உறைந்து நின்றுவிட்டான். 120 கிலோ மாமிச மலையொன்று தன் முன்னே இருந்தது.

ஏதோ பொறிதட்ட வெளியே வந்த ரவி, சுப்பிரமணியை மேலே செல்ல விரட்டினான். ஒன்றும் புரியாத அவனது அப்பா, "ஏன்டா என்ன மட்டும் தனியா மேல போகச் சொல்லுற? நீயும் வா" என்றார்.

“அப்பா சத்தம் எதுக்கு கேக்குதுன்னு தெரிஞ்சிருச்சு”, என்ற ரவியின் முகத்தில் பயமோ, கோபமோ இல்லை. “நீ மேல போ, இப்ப சத்தம் கேக்குதான்னு எனக்குச் சொல்லு. நான் இங்க நிக்கிறேன்” என்றான்.

மேலே சென்ற சுப்பிரமணி சத்தம் கேட்பதாகக் கூறினார். மெதுவாக உரிமையாளரின் வீட்டிற்குள் சென்ற ரவி, ஊஞ்சலில் ஆடிக்கொண்டிருந்த அந்த 12 வயது, 120 கிலோ எடை கொண்ட மாமிச மலையை கீழே கொஞ்சம் இறங்கச் சொன்னான்.

“எதுக்கு அங்கிள், நீங்க ஆடப் போறீங்களா?” என்றான் சந்தீப்.

“இறங்கி நில்லு, நான் சொல்லுற வரைக்கும் ஆடாத”, என்ற ரவி வெளியே சென்று, “அப்பா, இப்ப கேக்குதா?”என்றான். “இல்லை” என்ற பதில் வந்தது.

என்ன செய்வதென்று தெரியாமல் திரும்பித் திரும்பி வீட்டிற்கு உள்ளேயும், வெளியேயும் மாறி மாறி பார்த்துக்கொண்டிருந்தான். இப்போது சந்தீப்பை ஊஞ்சலில் ஏறி உட்கார்ந்து ஆடச் சொன்னான். “இப்போ...”

“கேட்குது.”

இறங்கச் சொன்னான். “இப்போ...”

“இல்ல.”

உள்ளே இருந்து வந்த உரிமையாளர் ரவியைப் பார்த்து சிரித்துக்கொண்டே அருகில் வந்தார். இரவியின் முகத்தில் தெரிவது கோபமா, அழுகையா என்பது புரியாமல் பார்த்தவர், “என்ன ரவி, என்ன காலைல இந்தப் பக்கம்” என்றவரிடம், ஊஞ்சலைக் காட்டினான்.

“இதுவா, வாங்கி 10 நாள் ஆச்சு, ரெண்டு வாங்கினேன். ஒன்னு ஹால்லயும், ஒன்ன என் ரூம்லயும் தொங்க விட்டுருக்கேன். இப்பல்லாம் சந்தீப், சாப்பிடுறது, தூங்குறது எல்லாம் இதிலதான்” என்றார் பெருமையாக.

என்னசொல்வதென்று தெரியாமல் வீட்டைவிட்டு வெளியே வந்த ரவி, அப்படியே படிக்கட்டில் உட்கார்ந்துவிட்டான்.

“இப்ப சத்தம் கேக்கலையேடா?” என்று சொல்லிக் கொண்டே இறங்கி வந்த சுப்பிரமணியை நிமிர்ந்து பார்த்த ரவியின் கண்கள் கலங்கி இருந்தது.

– முற்றும் –

www.ingramcontent.com/pod-product-compliance
Lightning Source LLC
LaVergne TN
LVHW060137051026
849517LV00007B/2502
* 9 7 8 9 3 9 5 2 8 5 0 9 4 *